மே தினம்

கா. ந. அண்ணாதுரை

Title: May Dhinam

Author: C. N. Annadurai

Language: Tamil

First Published on: 1946

Year of Publication: 2024

Book Format: Paperback

*Page Size: 6inch * 9inch*

Category: Essays

Subject: Political Essays

No. of pages: 66

ISBN: 978-81-988143-2-6

Published by: Nilan Publishers, Madurai, Tamilnadu, India

பொருளடக்கம்

குறிப்புகளுக்காக

மே தினம்

வைகாசியில் கருடசேர்வை, ஆனியில் திருமஞ்சனம், ஆடியில் பூர உற்சவம், ஆவணியில் அவிட்டம், புரட்டாசியில் சனிக்கிழமை உற்சவம், ஐப்பசியில் தீபாவளி, கார்த்திகையில் தீபவிழா, மார்கழியில் திருவாதிரை, தையில் பூசம், மாசியில் மகம், பங்குனியில் உத்திரம், சித்திரையில் பௌர்ணமி. இப்படி மாதந்தோறும் ஒவ்வொரு திருவிழா நடத்தி, தலைமுறை தலைமுறையாகப் பழக்கப்பட்ட மக்களிடையே மே தின விழாக் கொண்டாட முற்பட்டிருக்கிறோம். மே விழா, மேதினியில் மக்களுக்கு வாழ்வு அளிக்கும் விழா என்று கூறினால்,மக்கள் சுலபத்தில் நம்பமாட்டார்கள்; ஆச்சரியப்படுவார்கள். நாட்டு மக்களிலே, சிந்திக்கக் கற்றுக்கொண்ட பகுதியினருக்கு மட்டுமே, மே தின விழாவின் முக்கியத்துவம் தெரியும். மற்றவர்கள், இன்னமும் நான் முன்னால். குறிப்பிட்ட பல்வேறு திருவிழாக்களிலேயே ஈடுபடுப்வர்கள் - குடும்பம் குடும்பமாக!.

பொன்மலைத் திராவிட வாலிபர்கழகத்தார், மே தின விழாக் கொண்டாட முன்வந்தது பற்றி, நான் மகிழ்ச்சியடைகிறேன். மேலும் சில நகரங்களிலும், நமது நண்பர்கள் இந்த விழாவைக் கொண்டாடுகின்றனர். திராவிடர் கழகம் அதிகாரபூர்வமாகவே அறிக்கை வெளியிட்டு, அடுத்த ஆண்டு மே தின விழாவைத் தமிழ் நாடெங்கும் கொண்டாட ஏற்பாடு செய்யும் என்று நம்புகிறேன்.

மே தினம் என்ற உடனே, சர்க்காருக்குச் சந்தேகம் வந்துவிடுகிறது. பொதுமக்கள் எக்காரணத்தைக் கொண்டோ, எந்த விழாவிற்காகவோ ஒன்று திரண்டால், இன்றைய ஆட்சியாளர்கள் சந்தேகிக்கின்றனர் — சங்கடப்படுகின்றனர். நான் இந்தப் போக்கைக் கண்டு ஆச்சரியப்படவில்லை. சர்க்காரின் சுபாவம் அது. ஆனால் நம்முடைய கட்சி

நண்பர்களிலேயே சிலருக்குச் சந்தேகம் உண்டாகிறது; மே தினத்தை நாம் ஏன் கொண்டாட வேண்டும்? அந்த விழா கம்யூனிஸ்டுகளல்லவா கொண்டாட வேண்டும்; நமக்கு எதற்கு அந்த விழா? என்று எண்ணுகின்றனர். இது ஓர் தவறான கருத்து.

மே தினம், கம்யூனிஸ்டுக் கட்சியின் ஏகபோக மிராசுப் பாத்யதை அல்ல. மே தினம் கம்யூனிஸ்டுக் கட்சி ஆள வந்த பிறகு ஏற்பட்ட சம்பவமும் அல்ல. மே விழா, ரஷியாவிலே அல்ல முதன் முறையாகக் கொண்டாடப்பட்டது. மேதினி எங்குமே மே தினம் கொண்டாடப்படுகிறது. இதே நேரத்தில், உலகிலே பல்லேறு பட்டணங்களிலே, மே விழா, மிக விமரிசையாகக் கொண்டாடப்படுகிறது. ஸ்டாலின் பேசிக் கொண்டிருப்பார், மாஸ்கோவில். அதுபோன்ற ஒவ்வோர் தலைநகரிலும், தலைவர்கள் மே தினத்தைக்கொண்டாடிக் கொண்டிருப்பார். புரட்சித் தினம், செஞ்சேனைத் தினம் என்ற விழாக்கள் ரஷியாவிலே, விமரிசையாகக் கொண்டாடப்பட்டு வருகின்றன. ஆனால் அவை அங்கு மட்டுந்தான். உலகிலே வேறு நாடுகள் இந்த விழாக்களை, சோவியத் ரஷியாவுக்கு மட்டுமே சொந்தமான விழா என்று கருதுகின்றன. எனினும் இந்த மே தினத்தை மேதினி எங்கும் உள்ளவர்கள், எமக்கும் விழாத்தான் என்று உரிமை கொண்டாடும் அளவுக்கு, இன்று பிரபல்யம் அடைந்துவிட்டது. ஆகவே, மே தினம், கம்யூனிஸ்டுகளின் விழா என்று கருதுவதும், அதனைத் திராவிடர் கழகத்தார் கொண்டாட வேண்டிய அவசியமில்லை என்று எண்ணுவதும், சரியல்ல.

பாட்டாளி மக்களின் விடுதலை விழா, மே தினம். நாடு அல்ல இதற்கு எல்லை! பாட்டாளிகள் வாழ்வுக்காக—விடுதலைக்காக—உரிமைக்காக, மே தினத்தை கொண்டாடுகின்றனர். நாளொன்றுக்கு 8 மணி நேரம் உழைப்பது, 8 மணி நேரம் குடும்பத்தினருடன் குதூகலமாக வாழ்வது, மற்ற 8 மணி நேரம் ஓய்வாக இருப்பது—இந்தத்

திட்டத்தை மே தினம் எடுத்து கூறுகிறது. பாட்டாளிக்குப் புதுவாழ்வு அமையவேண்டுமானால், இந்தத் திட்டம் தேவை. உழைத்து அலுப்பதும், உருக்குலைவதும், ஓயாமல் உழைப்பதும், வாழ்வின் சுவையையே காணாதிருப்பதும், இன்று பாட்டாளியின் கதியாக இருக்கிறது. இதனால் தொழிலாளி, துயரின் உருவமாகிறான்: அடிமைப்படுகிறான். வாழ்வு பெரியதோர் சுமை என்று எண்ணுகிறான். இந்த நிலையை மாற்ற வேண்டும் என்ற நல்ல எண்ணம் கொண்டார்கள், எட்டு மணிநேர வேலைத் திட்டத்தை வலியுறுத்தினர். அதனை வலியுறுத்த, ஆண்டுதோறும் மே மாதம் முதல் தேதி அன்று விழா நாளாகக் கொண்டாட்டம் நடத்த ஏற்பாடு செய்தனர். இந்த விழாவின் துவக்கத்தின் போது, சோவியத் ரஷியா இல்லை! ஜாரின்ரஷியாவே இருந்தது. ரஷிய நாடு அல்ல, இவ்விழா விமரிசையாக நடந்த இடம்; அமெரிக்கா. எனவே, மே தினத்தைப் பாட்டாளிகளின் விடுதலைக்காகப் பாடுபடும் நோக்கங்கொண்ட எல்லாக் கட்சியினரும் கொண்டாடலாம்—திராவிடர் கழகத்தாருக்கு இது கடமை மட்டுமல்ல, உரிமையுங்கூட, ஏனெனில் திராவிடர் கழகம், ஏழை எளியவரின் புது வாழ்வுக்காகப் பணி புரிவதையே திட்டமாகக் கொண்டிருக்கிறது. திராவிட இனமே பாட்டாளி இனம் என்று விளக்கி வருகிறது, திராவிடர் கலாச்சாரமே உழைத்து வாழ்வதையே வலியுறுத்துகிறது. யாகக்குண்டத்தருகே அமர்ந்திருப்பது, ஓம்ப் புகையைக் காட்டி ஊரை ஏய்ப்பது, மோட்சலோகத்துக்குச் சீட்டளிப்பது, வேதமோதி வாழ்வு நடத்துவது, ஆரூடம் கூறிப் பிழைப்பது ஆகியவை, திராவிட இனக் கலாச்சாரத்துக்கு முற்றிலும் முரணானது—ஆரியக்கலாச்சாரத்தின் இலட்சணம் இவை.

உழவுக்கும், தொழிலுக்கும் உயர்வு கூறுவது, திராவிடக் கலாச்சாரம்!

அவை இரண்டும், உயர்ந்த காரியமல்ல என்று கூறுவது, ஆரியப் பண்பு.

திராவிடரின் கண்கள், ஏர்முனை, கடலடி, காட்டுப்பாதை, நாட்டுநிலை இவைகளின் மீது செல்வன! "ஞானக்கண்"ணினரான ஆரியருக்கோ, இவற்றின்மீதல்ல; சத்யலோகம், அதல, சுதல, தராதல பாதாள லோகங்கள் ஆகியவற்றின் மீது செல்லக்கூடியன!

எனவே, கலாச்சார முறைப்படி பார்த்தாலும், வரலாறு காட்டும் நமது வாழ்க்கை முறைப்படி பார்த்தாலும், இன்றைய நிலையைப் பார்த்தாலும், நாம் பாட்டாளிகளே. ஆகவே பாட்டாளிகளின் விடுதலைக்கான இந்த மே தினத்தைக் கொண்டாடும் உரிமை, மற்றவர்களுக்கு இருப்பதைவிட, நமக்கே அதிகம். அது மட்டுமல்ல; மே தினம், மாஸ்கோ தினம்; செஞ்சேனைத் தினம் என்று கொண்டாடும் பல கட்சிகளிலே உள்ள பல தலைவர்கள் காசியைக் கடந்து சென்றதில்லை. நமது திராவிடர் கழகத் தலைவர் பெரியார், மாஸ்கோ வீதிகளிலே உலவினவர்—சோவியத் மாட்சியை நேரடியாகக் கண்டவர்—பொது உடைமைக்காரர் என்பதற்காக, சர்க்காருடைய தொல்லைகளுக்கு ஆளானவர், நம் பத்திரிகைகளுக்கு ஜாமீன் கட்டியிருக்கிறோம். புத்தகங்கள் பறிமுதலாகியுள்ளன. இந்தக் காரணத்தால், மற்ற எந்தக் கட்சிக்காரரும் சிந்திக்காத நாட்களிலேயே, நாம், சுயமரியாதை இயக்கத்தினர் மே தினத்தைப் பற்றிச் சிந்திக்கிறோம்.

முதன் முதலில் தமிழ்நாட்டிலே மே தினம் கொண்டாடிய கட்சி, சுயமரியாதைக் கட்சிதான்.

எனவேதான், நாம் மே தின விழாவை, உரிமையுடனும் உவகையுடனும் கொண்டாட வேண்டியவர்கள் என்று

கூறுகிறேன். அந்த விழா, ஏதோ கம்யூனிஸ்டுக் கட்சியின் 'காபிரைட்' என்று எண்ணிட வேண்டியதில்லை;

1889-ம் ஆண்டு, சர்வதேச சமதர்ம மாநாடு, பாரிஸ் பட்டணத்தில் கூடி, மே மாதம் முதல் தேதியை, உலகப் பாட்டாளி மக்களின் விடுமுறை நாளாகக் கொண்டாடும்படி தீர்மானம் நிறை வேற்றிற்று. அதுமுதல் மே தினம், உலகிலே எல்லா நாடுகளிலும் பாட்டாளிகளின் விடுதலை விழாநாளாகக் கொண்டாடப்பட்டு வருகிறது!

ஜாரின் கொடுங்கோலாட்சிக் காலத்திலும், ரஷியாவில், மே தினம் மகத்தான விழாவாகக் கொண்டாடப்பட்டே வந்தது. பயங்கரமான அடக்குமுறை இருந்துங்கூட, மே தினத்தன்று ஊர்வலம் நடத்தியும், துண்டு வெளியீடுகளை வழங்கியும் பொதுக்கூட்டம் நடத்தியும், மே தினத்தை அவர்கள் கொண்டாடத் தவறியதில்லை. போலீசின் தடியடி மட்டுமல்ல, பட்டாளத்தாரின் குண்டுகள், விழாக் கொண்டாடுவோர் மீது பாய்ந்த காலம் அது.

மே தினத்தைத் தொழிலாளரின், விடுதலை விழா, நாளாக மாற்றி அமைத்தவர், மாவீரர் லெனின். தங்கள் குறைகளைப் போக்கிக்கொள்ள, உரிமைகளைப் பெற இந்த மே தினத்தைப் பரணி பாடும் நாளாக்கினார் அப் புரட்சிவீரர்! அவருடைய முயற்சியினால் ரஷியாவிலே, மே தின விழா, ஜார் ஆட்சியை ஒழிக்கும் மாபெரும் புரட்சிக்குப் பயிற்சிகளாக அமையலாயிற்று.

கொடுமைகளைக் கண்டு அஞ்சாநெஞ்சமும், பயங்கர அடக்குமுறை கண்டும் பணிய மறுக்கும் உரமும், வாட்டி வதைக்கும் எதேச்சாதிகாரத்தின் முன்பு வளையாத போக்கும் பெற, மே விழாவைப் பாசறைப் பள்ளியாக்கிக் கொண்டனர், ரஷியப் பாட்டாளி மக்கள்!

1942-ம் ஆண்டு மே தினத்தன்று, 4 இலட்சம் பாட்டாளிகள் வேலை நிறுத்தம் செய்தனர்.

நாலு இலட்சம்! எவ்வளவு பிரமாண்டமான கூட்டம் என்பதைச் சிந்தித்துப் பார்த்தால், அந்த மே தின மகத்துவம் தெரியும். நாலு இலட்சம் தொழிலாளர்கள் தங்கள் வாழ்வுக்காக—விடுதலைக்காக—உரிமைக்காக ஒன்று திரண்டிடும் காட்சியை மனக்கண்முன் நிறுத்திப் பாருங்கள். ஜார், அவனுடைய படை பலம், சக்தி வாய்ந்தவைதான்! ஆனால், நாலு இலட்சம் உழைப்பாளர்கள், உள்ள உரத்தோடு நிற்பவர்கள், உரிமைப்போர் தொடுப்பவர்கள், இவர்களின் வல்லன்மையின் முன்பு, ஜாரின் ஆட்சி பலமும் ராணுவ பலமும் என்ன செய்யமுடியும்?

தொழிலாளர்கள், தங்கள் வல்லமையை—கூட்டுச் சக்தியை—உணர்ந்து கொள்ள, உணருவதன் மூலம் மன உறுதி பெற 1912-ம் ஆண்டு நடைபெற்ற மே தின விழா பயன்பட்டது.

1914-ல்—இரண்டாண்டுகளுக்குப் பிறகு, மே தின விழாவன்று, 5 இலட்சம் பாட்டாளிகள் பவனி வந்தனர்.

ஜாராட்சி ஒழிக்கப்பட்டுப் பாட்டாளிகள் வெற்றிமுரசு கொட்டிய பிறகு, 1917-ல், தங்கு தடையின்றி, மேதின விழா விமரிசையாகக் கொண்டாடப்பட்டது. ஆண்டுதோறும் மே தின விழா, மேதினி எங்கும் கொண்டாடப்படுகிறது என்றபோதிலும், ரஷியாவிலே, குதூகலமாகக் கொண்டாடப்படும் முறையே, தனிச்சிறப்புடையது. பல்வேறு தொழில் துறையிலே உள்ளவர்கள், உலகுக்கு, சோவியத் ஆட்சி முறையில் சோவியத்தை விளக்குவதற்காகத் தத்தமது திறமையைக் காட்டுவர். சோவியத் ரஷ்யாவின் வல்லமையும் வளமும் விளங்கும் காட்சிகள் அன்று நடைபெறும். பட்டாளமும் பவனி வரும், விமானங்கள்

வட்டமிடும். கல்லூரி மாணவர்கள் களிப்புடன் பவனி வருவர். கீதம் கேளிக்கை! ரஷியாவில் மே தினத்துக்கு ஈடான விழா இல்லை என்று கூறலாம், அவ்வளவு ஆனந்தமாக இருக்கும்! சோவியத் தலைவர்களின் சொற்பொழிவுகள், உலகுக்குச் சோவியத்தின் சிறப்பை விளக்கிடுவதாக அமையும்.

இவ்வாண்டும், வழக்கம்போல மே தின விழா விமரிசையாகக் கொண்டாடப்பட்டது. இவ்வாண்டு மார்ஷல் புடெனி சொற்பொழிவாற்றினார்.

அணுக்குண்டையும், பணக்குண்டையும் கையில் வைத்துக்கொண்டு மிரட்டும் அமெரிக்கா தயாரிக்கும் புதிய ஏகாதிபத்யம், புதியதோர் போர் தொடுக்கக்கூடும் என்ற எண்ணம், எங்கும் பரவி வருகிறதல்லவா? அதிலும், சோவியத் ரஷ்யாவின் மீதுதான் அமெரிக்காவின் கண் பாய்கிறது என்பது, வெளிப்படையாகத் தெரிந்த விஷயந்தானே. ஆகவேதான், இவ்வாண்டு மே விழாவிலே பேசிய சோவியத் தலைவர்கள், புதுப்போரை உண்டாக்கும் போக்கைக் கண்டித்ததுடன், தவிர்க்க முடியாத நிலையில் போர் மூண்டுவிடுமானால், சோவியத் அதனைச் சமாளிக்கும் என்பதை விளக்கப் புதிய டாங்கிப் படைகளின் பவனியை, விழா விசேஷங்களில் ஒன்றாய்க் காட்டினர்.

மாபெருங்கூட்டம் மாஸ்கோவில்! மார்ஷல் புடெனி புரவி மீதமர்ந்து வந்தார் விழாவுக்கு.

"நிலையாக நிற்கக்கூடிய சமாதானத்துக்காக, ரஷியா போராடி வருகிறது, சர்வதேசங்களுடன் ஒத்துழைக்க விரும்புகிறது. சமய உரிமை கோருகிறது. சோவியத் சர்க்காரின் வெளிநாட்டுக் கொள்கையை, சோவியத் மக்கள் அனைவரும் முழுமனதுடன் ஆதரிக்கின்றனர்"` என்று முழக்கம் செய்தார்.

அதாவது, இவ்வாண்டு மேதினத்தை, இன்றைய உலக நிலையில் சோவியத்தின் நிலை எப்படி இருக்கிறது? எம்மாதிரியான போக்கு முறையும் தேவை? என்பதை விளக்கப் பயன்படுத்திக் கொண்டனர்.

இதே முறையில், நாஜிகளுடன் போர் நடத்தி வந்தபோது, 'மே தினம்'—நாஜிசத்தை அழித்தாகவேண்டும் என்ற சோவியத் உறுதியைத் தெரிவிக்கப் பயன்பட்டது.

"பட்டினி ! பசி ! போதுமான உணவு இல்லை ! அரசியவிலே உள்ள குழப்பம் ஒழிந்து, குடியரசு ஆட்சி ஓங்கவேண்டும்"—இம்முறையில் முழக்கமிட்டவண்ணம், ஹாம்பாக் *(Hamburk)* நகரிலே ஐம்பதினாயிரம் தொழிலாளர்கள் மே தினம் கொண்டாடினர்.

ஸ்பெயின், பிராங்கோ ஆட்சியை ஒழிக்கும் முழக்கமாகத் திகழ்ந்தது, மே தினம்!

பாரிஸ் நகரிலே, மே தினத்தன்று, கூலி உயரவேண்டும், விலைவாசிகள் மக்களை அழுத்துவதாக இருக்கக் கூடாது, இந்தோ சீனாவிலுள்ள அமளிநிலை ஒழியவேண்டும் என்று, இவ்வண்ணம் முழக்கமிட்டனர்.

அதாவது, ஒவ்வோர் ஆண்டும் மே தினத்தன்று, அந்தந்த நாட்டின் பிரத்யேகப் பிரச்னைகளைப் பற்றிப் பேசவும், பொதுவாக மக்களின் விடுதலையையும், பாட்டாளிகளின் நல்வாழ்க்கையை விடுதலையையும், பாட்டாளிகளின் நல்வாழ்க்கையை வற்புறுத்தவும், மே தினம் பயன்படுத்தப்படுகிறது. மக்களின் மீது திணிக்கப்பட்டுள்ள அடிமைத்தனம் எந்தெந்த வகையினவாக உள்ளனவோ, அவைகளை எந்தெந்த முறைகளின் மூலம் முறியடிக்க

முடியும், மக்கள் முழுவாழ்வு பெறச்செய்யும் வழி என்ன, என்பதை மக்கள் கூடி யோசிக்கவும், உறுதி பெறவும், உரிமை முழக்கமிடவும், மே தினம் ஓர் வாய்ப்பு! எனவே, திராவிடர் கழகத்தாராகிய நாம் திராவிட நாட்டின் பிரத்தியேகப் பிரச்னைகளைப் பற்றி யோசிக்கவும் திராவிடரின் அடிமைத் தளைகளிலே, எவை எவை என்னென்ன வகையானவை, அவைகளை நீக்க என்னென்ன விதமான முறைகளைக் கையாளவேண்டும் என்று, மே தினத்தன்று யோசிக்கக் கடமைப்பட்டிருக்கிறோம்.

மற்றக் கட்சிக்காரர்கள் மே தினம் கொண்டாடினால், பொருளாதாரக் காரணங்களை மட்டுமே பெரிதும் வலியுறுத்திக் காட்டுவர். அவர்கள், மக்களின் வறுமைக்கும் வாட்டத்துக்கும் காரணம், பொருளாதார, யந்திரக் கோளாறு என்று கருதுகிறார்கள். யந்திரக் கோளாறு, நிச்சயமாகவே மக்களின் வாட்டத்துக்குக் காரணந்தான்; அந்த யந்திரம் தகர்த்தெறியப்பட்டு, மக்களின் வாழ்வை மிருக நிலைக்குக் கொண்டுப்போகாத புதிய யந்திரம் செய்யப்பட வேண்டியதும் மிக அவசியந்தான். இதைத் திராவிடர் கழகம் என்றுமே மறுத்ததில்லை. ஆனால், ஏன் இத்தகைய சுரண்டல் யந்திரம் உருவாக்கப்பட்டது? எப்படி? யாரால்? மக்கள் ஏன் இதனை அனுமதித்தனர்? ஏன் இன்றும் சகித்துக்கொள்கின்றனர்? என்ன கூறிக் கஷ்டப்படும் மக்களைச் சுரண்டுபவர்கள், மயக்கியும் அடக்கியும் வைக்கமுடிகிறது? என்பன போன்றவைகளைத் திராவிடர் கழகம், மக்கள் மன்றத்துக்குக் கொண்டு வந்து நிறுத்துகிறது. மற்றக் கட்சிகள், இவைகளை எடுத்துக் காட்டுவதில்லை— அச்சம் காரணமாகவோ, அல்லது அவகாசம் இல்லாததாலோ, எக்காரணம் பற்றி மற்றவர்கள் இந்த விஷயங்களைக் கூறாமலிருப்பினும், நாம் இவை மக்களால் சிந்திக்கப்பட்டு, அந்தச் சிந்தனையின் பலனாக அறிவுத் துறையிலே ஒரு புரட்சி ஏற்பட்டாலொழியப் பொருளாதாரப் புரட்சியினால் மட்டும் புதுவாழ்வு கிடைத்துவிடாது என்று நம்புகிறோம். ஆழ்ந்த நம்பிக்கை இது. எனவேதான், நாம் மனிதன் அடிமைப்பட்ட

காரணத்தையும், அந்த அடிமைத்தனம் எப்படி நீக்கப்பட வேண்டும் என்பதையும், நமது பிரசாரத்திலே முக்கியப் பகுதியாக வைத்துக்கொண்டிருக்கிறோம். மனதிலே உள்ள தளைகளை நீக்குவது அவசியமான காரியமென்பதை யுணர்ந்து, ஐரோப்பாக் கண்டத்திலே, பேரறிவாளர்களான வால்டேர். ரூசோ போன்றோர், அறிவுத்துறைப் புரட்சிக்காக எவ்விதம் பணியாற்றினரோ, அவ்விதமான பணியினையே நாம் புரிகிறோம்.

பொதுவாகவே நாம் சிந்தித்தால், இந்தப் பணியின் அவசியம் நன்கு விளங்கும். உலகிலே உள்ள கஷ்டங்கள், வறுமை, பிணி, வேலையில்லாக் கொடுமை, பாட்டாளி படும் துயரம் முதலியவை, எல்லோரும் இன்புற்று வாழ்வதற்கு ஏற்ற வசதி இல்லாததால் உண்டானவையோ என்று யோசித்தால், இல்லை என்றே தெரியும் ஆராய்ச்சியாளர்கள் புள்ளி விவரங்களைக் காட்டியே கூறியிருக்கிறார்கள். இயற்கை தரும் செல்வத்தை வசதியைக் கொண்டு, நாளொன்றுக்குச் சராசரி 2-மணி நேரம் எல்லோரும் வேலை செய்தால், எல்லோரும் வயிறார உண்டு வாழலாம் என்று. அவ்வளவு இயற்கைச் செல்வமும், அதனை மக்களுக்கான உபயோகப் பொருள்களாக்கும் பாட்டாளியின் சக்தியும் உள்ளன. இருந்தும், இவ்வளவு இன்னலை, இங்கு மட்டுமல்ல, எங்கும் —, இன்று மட்டுமல்ல, பன்னெடுங் காலமாக அனுபவித்து வரவேண்டியிருக்கிறது! சகித்துக் கொள்ள வேண்டியிருக்கிறது! சாமான்யர்களாகிய நம் காலத்திலே மட்டுமா? வீராதிவீரர்கள், சாம்ராஜ்யாதிபதிகள் காலத்திலேயுஞ்சரி யோக யாக விற்பன்னர்கள், வேத வேதாந்த சிரோமணிகள், ஆழ்வாராதிகள், நாயன்மார்கள்; அஷ்டசித்தியை அறிந்தவர்கள், அரி அரனை அழைப்பவர்கள், ஆத்மஞானிகள் என்போர்களின் நாட்களிலேயும், இந்தப் பிரச்சினை இங்கிருந்ததுடன், இல்லாமை, போதாமை எனும் நோயின் பிடிப்பிலே சிக்கி ஒரு பெருங்கூட்டம் அவதிப்படவும், செல்வத்திலும் சுகத்திலும் ஒரு சிறு கூட்டம் அமிழ்ந்து கிடக்கவுமான நிலைமை இருந்தே வந்தது. இதனை

மக்கள் பலகாலமாகச் சகித்துக் கொண்டனர்! நம்மால் முடியாது என்றெண்ணி மருண்டனர்! யாராவது இதை மாற்றும் முறையைக் கூற முன் வரமாட்டார்களா என்று ஏங்கி நின்றனர்! எந்தக் குறுக்கு வழி புகுந்தேனும், இந்தக் கஷ்டத்திலிருந்து நீங்க முடியுமா என்று பதைத்தனர்! ஒருவரை ஒருவர் வெட்டி வீழ்த்திக் கொண்டனர்! என்னென்னவோ செய்தனர், இந்தப் பிரச்னையைத் தீர்க்க. இன்னும் ஓர் முடிவு காணவில்லை. மனிதனால் இந்தப் பிரச்சனைக்கு முடிவு காண முடியாத காரணம் என்ன? அறிவு இல்லை என்று கூறிவிட முடியுமா? பறக்கக் கூடக் கற்றுக் கொண்டான்! பார் முழுவதையும் பாக்கட் சைஸ் ரேடியோவுக்குள் அடக்கிவிட்டான்! ஆனால் இன்னமும், பசி, பட்டினி, பஞ்சம் இன்றி எல்லோரும் வாழ வழி கண்டு பிடிக்க மட்டும் மனிதனுடைய அறிவு அவனுக்குப் பயன்படவில்லை! அறிவுப் பஞ்சம் அல்ல இதற்குக் காரணம். அவனுக்குள் புகுத்தப்பட்ட அச்சம், அவனுடைய அறிவு ஊற்றைப் பாழ்படுத்துகிறது! அதனாலேயே அவன் மனம் அலை மோதி நிற்கிறது!

மனிதன் கஷ்டம் அனுபவித்தபோது, மதவாதிகள் அவனுடைய கண்ணையும் கருத்தையும், எந்த உண்மைக் காரணத்தால் மனிதன் கஷ்டப்படுகிறானோ, அந்தக் காரணங்ளைக் காண ஒட்டாமல் தடுத்து, கைலாயம், வைகுந்தம், காகுத்தன், காளியாயி, ஜெப மாலை, உடுக்கை, இப்படி வேறு பலபொருள்கள், முறைகள் மீது திருப்பி விட்டனர். மனிதன், திக்குத் தெரியாத கலத்தைப் போலானான்! எனவேதான், அவன் தன் நிலையை மாற்றிக்கொள்ளும் முயற்சியில் தோற்கவேண்டி நேரிட்டது. எடுத்துக்காட்டாக ஒன்று கூறுகிறேன். கூலி உயர்வுக்காகவோ, போனசுக்காகவோ, ஒரு தொழிலாளர் சங்கம் போராடுகிறது என்று வைத்துக் கொள்வோம். அதிலே கிளர்ச்சி வலுக்கிறது. நண்பர் ஜீவானந்தத்தின் வீரமுழக்கம் கேட்டு, விறுவிறுப்படைகிறான் பாட்டாளி. கூட்டம் முடிந்து வீடு போகிறான், அங்கு என்ன நிலை?

மனைவி:- வேலை கூடத்தான் இல்லையே, எங்கே போய்ச் சுற்றிவிட்டு வருகிறீர்கள்? மணி பத்து ஆகிறதே!

தொ:- பைத்தியமே! இன்று மீட்டிங்கு.

மனை:- அதுதான் இருக்குதே ஒவ்வொரு தினமும்! என்ன சொன்னாங்க?

தொ:- முதலாளி இறங்கிவந்தே தீரவேணும் வர்க்கப் போராட்டம் நடக்கிறது வள்ளி! இதிலே பாட்டாளி வர்க்கந்தானே ஜெயிக்கோணும்!

மனை:- என்னமோ, பொன்னியம்மா புண்யத்தாலே, அந்த முதலாளி மனசு மாறி, ஏழைக மேலே இரக்கம் காட்டணும்.

இதுதான் பேச்சாக இருக்கும்.

மார்க்சின் தத்துவம், லெனின் முழக்கம். அக்டோபர் புரட்சி; இவையெல்லாம் மேடையில்! வீட்டில், பொன்னியம்மாள் புண்ணியம், முதலாளி மனசு இளகவேணும், இவை பேசப்படும்! தொழிலாளி மனைவியின் மனம் மட்டுமல்ல; தொழிலாளி மனமே கூட, ஜீவாவின் குரலிலே, ஜோஷியின் அறிக்கையிலே, கம்யூனிஸ்டுக் கிளர்ச்சியிலே ஈடுபடுவதைவிட, விநாயகரகவலிலே, விளக்கு வைத்துப் பார்ப்பதிலே, சனி கோயில் பூஜையிலே, சோதிடர் சொன்னதிலேதான் அதிகமாக ஈடுபடும். இந்த

மனப்போக்குத்தான், சகித்துக்கொள்ளும் தன்மையை, 'நம்மால் என்ன ஆகும்' என்ற சலிப்பை வளரச் செய்துவிட்டது! திராவிடர் கழகத்தாராகிய நாம், மே தினத்தன்று. இந்த மனப்போக்கை மாற்றும் பணி புரிவதன்

மூலம், பாட்டாளிகளின் பிரச்னையிலே மற்றவர்கள் கவனிக்கத் தவறிய ஆனால் முக்கியமான பகுதியை வலியுறுத்துகிறோம்.

பூர்ஷுவா (முதலாளித்துவம்) என்ற தத்துவத்தை விளக்குகின்ற யாரும், அது சுரண்டும் முறை; பிறனுடைய உழைப்பால் வாழும் முறை என்று கூறுவர். நாம் ஆரியம் என்று கூறுவது, இதே நிலையைத்தான். சுரண்டும் முறை—தொழிலின் பேரால் அல்ல, மதத்தின் பேரால்—ஜாதியின் பேரால்—பழமையின் பேரால்! புரோலோடேரியன், பாட்டாளி என்று பேசும்போது, நம் கண் முன் தோன்றும் உருவம், உழைத்து உருக்குலைந்து, தன் உழைப்பை வேறுயாராரோ பறித்துக்கொள்ளக் கண்டு பதறி, அதனை மாற்ற முடியாததால் திகைத்துத் தலைமீது கைவைத்துக்கொண்டிருக்கும் ஏழையின் உருவமே. திராவிடன், அத்தகைய உருவந்தான்! ஆகவே பூர்ஷுவா என்பதற்குப் பதில், நம் நாட்டு நிலையைக் கவனித்து, ஆரியன் என்கிறோம்; புரோலோடேரியன் என்பதற்குப் பதில் திராவிடன் என்கிறோம். வர்க்கப்போராட்டம் என்பதுதான், இங்கு நாம் கூறும் ஆரிய திராவிடப் போராட்டம்!

திராவிடன்—ஆரியன் என்று கற்பனைகளில் காலந்தள்ளிக் கடுவிஷத்தைப் பரப்புகிறோம் என்று கருதி நம்மீது காய்பவர்கள், இதனை ஆர அமர யோசித்துப் பார்க்க வேண்டும். ஆரியம் என்ற கலாச்சாரம், உழைப்புக்கு மதிப்பளிக்காது; உழைப்பாளிகளிடம் ஆசை காட்டியோ அச்சமூட்டியோ, பொருளைப் பறித்துச் சுகப்படுவதற்காக உள்ள ஒரு முறை! இந்த முறை, பெரும்பாலானவர்களின் உழைப்பைக் கொண்டு, ஒரு சிறு கூட்டம் வாழ்வதாக அமைகிறது. இந்தச் சுரண்டும் கூட்டம். ஒவ்வொரு காலத்தில்-ஒவ்வொரு நாட்டில், ஒவ்வொரு விதமான பெயருடன் விளங்கும். ஆதிநாட்களில் கிரீசல், மாஸ்டர் (எஜமான்) என்று அழைக்கப் பட்டது! ரோம் நாட்டில், பெட்ரீஷியன் என்று

பெயர் இருந்தது; பிரிட்டனில் பிரபுக்கள்; பிரான்சில் ஐஸ்வர்யவான்கள்; ஜப்பானில் சமுராய் என்று இவ்வண்ணம் பெயர்கள் இருந்தன—இங்கு அதே முறையைத்தான், நாம் ஆரியம் என்று சுட்டிக்காட்டுகிறோமேயன்றி, வீண் வேலை செய்கிறோம் என்றோ, விஷமூட்டுகிறோம் என்றோ, யாரும் கருதவேண்டாம்.

திராவிடன், தேய்ந்து திகைத்துத் தலைமீது கைவைத்துக் கொண்டிருக்கிறான்! அவனுடைய உழைப்பை, மூன்று முனைகளிலிருந்து மூன்று சக்திகள் பறித்துக் கொள்ளுகின்றன! ஆங்கிலேயன் ஆள்பவனானான், செல்வம் கொண்டு சென்றான்! ஆரியன் ஆவய வேந்தனானான், பொருளைத் தூக்கிச் சென்றான்! வடநாட்டான் வணிக வேந்தனானான், பொருளைச் சுமந்து செல்கிறான்! இவ்வளவுக்கும் இடமளித்த திராவிடன், எக்கதியடைய முடியும்? தேம்புகிறான், திகைக்கிறான்.

இந்தத் திராவிடப் பெருங்குடி மக்களுக்குப் புதுவாழ்வு பிறக்கச் செய்ய வேண்டுமே; திராவிடர் கழகத்தின் நோக்கமாயிற்றே இது. எங்ஙனம் செய்வது? ஆரியனை நோக்கி, 'அடித்துக்கொண்டு போகிறாயே மூட்டையை, இங்கே சிதைகிறேனே நான்' என்று கேட்டால், என்ன பதில் வரும்? 'நீ மட்டுமா முத்தா! உன் முப்பாட்டன் காலமுதல், இதுதானே முறை; இதுதானே விதி; இதுதானே சாஸ்திரம்; இதுதானே வேதம்; இதுதானே தெய்வக்கட்டளை! நீ தெய்வத்துக்குக் கட்டுப்பட்டவன்தானே, மகாபக்திமானாயிற்றே! நீ இந்தத் தெய்வக் கட்டளையை மீறலாமா? என்றுதானே பேசுவான்! திகைக்கும் திராவிடன் என்ன பேச முடியும்? அவன் சார்பிலே இருந்து ஒரு காங்கிரஸ்வாதியோ, கம்யூனிஸ்டோ, யார் வேண்டுமானாலும் பேசிப் பார்க்கட்டும்-சுயமரியாதை பாஷை தவிர, வேறு கிடையாதே!

"நீ மகா புரட்டன்! உழைப்பதில்லை, உன்மேனியோ, வாடுவதில்லை! ஏரைத் தொட மறுக்கிறாய்: ஆலையிலே ஆபீசராகவன்றித் தொழிலாளியாக இருப்பதில்லை; ஆண்டவன் உன்னை உழைக்கப் பிறக்கச செய்யவில்லை, உயர் ஜாதியாகப் படைத்தான் என்று பேசுகிறாய்! ஆசைகாட்டுகிறாய், மோட்சம் என்று கூறி! பயம் காட்டுகிறாய், நரகம் என்று பேசி ! நான் ஓர் ஏமாளி; எத்தன் பேசுகிறான் என்று அறியாமல் கெட்டேன் இதுவரை! இதோ விழிப்புற்றேன்! இந்தச் சுரண்டலை இனி அனுமதியேன்!* என்றுதானே பேசவேண்டும்? திராவிடர் கழகம், இந்த மனப்போக்கைப் பாட்டாளிகளிடம் ஏற்படச்செய்கிறது. கைலாயத்தை நோக்கும் கண்ணைக் காரல்மார்க்சைப் பார்க்கச் செய்கிறது! அதுபோலவே ஆங்கிலேயனைக் கேட்டால் என்ன சொல்லுவான்? என்ன சொன்னான்? உங்களுக்குள் ஒற்றுமை இல்லை என்றான். ஏன் இல்லை என்று; திராவிடர் கழகம் மக்களைக் கேட்கிறது. ஒன்றுபடும் மார்க்கத்தை உரைக்கிறது. வடநாட்டானைக் கேட்டால், அவன் 'தேசியம்' பேசி, இந்தியா ஒன்று என்ற கற்பனையைப்பூசி, மயக்குகிறான். திராவிடர் கழகம் அவனைப் பார்த்து, இந்த வேஷம் வேண்டாம், திராவிட நாடு திராவிடருக்கே! இங்கு உன் சுரண்டல் வேலை நடக்க இனி அனுமதியோம் என்று கூறுகிறது. ஆக, இவ்வளவுக்கும் அர்த்தமும் அவசியம் இருக்கிறது. மற்றவர்கள் அலட்சியப்படுத்திவிட்டபடியால், இவைகளை எடுத்துக்கூறும் பொறுப்பு நமக்கு அதிகமாகிவிட்டது. எனவே அடுத்த ஆண்டு முதல், மே தினம், திராவிடர் கழகத்தின் அதிகாரபூர்வமான விழா நாளாகவேண்டும் என்று நான் விரும்புகிறேன். இம்சைக்கு ஆளான திராவிடனுக்கு, மதத்தின் பேரால் புகுத்தப்பட்டுள்ள ஆசையையும், அச்சத்தையும் அகற்றியாக வேண்டியவர்களாய் நாம் இருக்கிறோம். எனவே தான், திராவிடன் நம்பிக்கொண்டிருக்கும் மதம், எவ்வளவு நகைப்புக்கிடமானது என்பதை எடுத்துக் காட்டுகிறோம்: நையாண்டி செய்கிறோம்; ஆனால் நியாயத்தின் சார்பிலே நின்று பேசுகிறோம்.

ஏசு எமக்காகச் சிலுவையில் அறையப்பட்டு இரத்தம் சிந்தினார் என்று பேசும் கிறிஸ்தவர்கள் மனதிலே தோன்றக்கூடிய உணர்ச்சியையும், எங்கள் கடவுளாம் கோபாலகிருஷ்ணர், கோபிகையர் நீர் விளையாடுகையில் அவர்தம் சேலைகளைக் கவர்ந்து சென்றார்—குழலும் ஊதினார் என்று பேசும் திராவிடருடைய மனதிலே தோன்றக்கூடிய உணர்ச்சியையும் ஒப்பிட்டுக்காட்டி, மதம் இங்கு எவ்வளவு கேலிக் கூத்தாக்கப்பட்டிருக்கிறது பாரீர், என்று காட்டுகிறோம்.

இவையாவும் பாட்டாளிகளின் மீட்சிக்காகவேயன்றிப் போட்டி மதம் ஸ்தாபிக்க அல்ல. ஆகவே, மே தினத்தை மற்றவர்கள் கொண்டாடி வருவதை விட, நாம் நடத்தினால்தான், சமுதாய மத சம்பந்தமான பழம் பிடிப்புகளே சுரண்டும் பொருளாதாரயந்திரத்தை அமைத்தன என்பதை, விளக்க முடியும்—விளக்க வேண்டும்.

இந்தக் காரியத்தைக் காங்கிரஸ் செய்யாது—பழமையின் பெருமைக்குப் புத்துயிர் தருவதே அதன் வேலைத்திட்டம்.

கம்யூனிஸ்டுகள் செய்வதில்லை—அவர்கள் மக்கள் மிரளக்கூடிய பிரசாரம் செய்வது முறையல்ல என்று எண்ணுபவர்கள்.

நாம்தான் செய்யவேண்டும்—செய்துவருகிறோம். இதற்கு முன்பு இருந்ததைவிட, இன்று அவசியம் அதிகமாகி விட்டது. ஏனெனில், இன்று அரசியல் நிலைமை அடியோடே மாறிக் கொண்டு வருகிறது.

ஆங்கிலஏகாதிபத்தியம், நாட்டைவிட்டுப் போய் விடுகிறேன் என்று கூறுகிறது. நாளும் குறித்து விட்டது!

"தேசியம்" தன் முழு ஜொலிப்புடன் விளங்குகிறது! ஆசப் அலி அமெரிக்காவில், கிருஷ்ணமேனன் பெல்ஜியத்தில். தேவதாஸ் பிரிட்டனில்—இப்படித்தூதுவர்கள் திக்கெட்டும் செல்கிறார்கள். பத்திரிகை பலத்துடன் இப்போது சர்க்காரை நடத்துகிறபடியால், அதிகார பலமும் கிடைத்திருக்கிறது. தேசியம், வெற்றிக் களையுடன், வீரத்துடன் ஆட்சிபீடம் ஏறியுள்ள நேரம். வெற்றி வெறியாக மாறும் அளவு, பலம் இருக்கிறது. எனவேதான் மற்றவர்களின் கிளர்ச்சியைத் துளியும் கவலையின்றிக் காலின் கீழ் போட்டுத் துவைக்கிறது—துவைத்தது சரி என்று கூறுகிறது—மக்களையும் கூற வைக்கிறது. எல்லா இடங்களிலேயும் தேசிய ஆட்சி—எல்லா இடங்களிலேயும் தொழிலாளர்களின் கிளர்ச்சி! கிளர்ச்சி செய்பவர்களின் கதி? வேலூர்ச் சிறை! தலைமறைவு! தடை உத்திரவு! கப்சிப் தர்பார்!

கம்யூனிஸ்டுகள் விஷயம் ஒருவாறு முடிந்தது; இனிக் கறுப்புச் சட்டைக்காரர்களைக் கவனிக்க வேண்டியதுதான் என்று, தேசிய ஆட்சியாளர்கள் பேசுகின்றனராம். அவர்களா பேசுகிறார்கள்? பாசீசம் பேசுகிறது! அதிகாரம் பேசுகிறது! ஆணவம் பேசுகிறது ! ஆணவம் பேசுகிறது என்றேன்-ஆணவத்தைப் பேசவைக்கிறது, அழிவுச்சக்தி!

தாராளமாகக் கவனிக்கட்டும். பாட்டாளிகளின் விடுதலை விழாவான மே தினத்தன்று நான் என் கட்சியின் சார்பில் கூறுகிறேன். சர்க்கார் தாராளமாகக் கவனிக்கட்டும்—புதிய சிறைச்சாலைகள் கட்டு வதற்கான திட்டங்களும் தீட்டட்டும். பாபம்! அவர்களுக்கும் ஆசை இருக்குமல்லவா! அணைக்கட்டு, பல்கலைக் கழகம், தொழிற்சாலை, புதுப்பாதை, நல்லபாலம்—இப்படிப்பட்டவைகளைக் கட்டமுடியாவிட்டாலும், எங்களை அடைத்து வைக்கப் புதுச்சிறைகளையாவது கட்டி ஆசையைத் தீர்த்துக் கொள்ளட்டும் ! திராவிட கழகம் அதற்குத் தயாராகத்தான் இருக்கிறது ! 144 என்ற முள்வேலி போட்டு அதற்குள்

எங்களை உலவச் செய்வதைவிட, சிறைக்குள் தள்ளுவது மேல் ! அதைச் செய்யுமுன் அவர்கள் யோசிக்க வேண்டும். சிறைக்குள் தள்ளிக் கிளர்ச்சியை அடக்கிய எந்த வல்லரசாவது வரலாற்றிலே உண்டா என்பது பற்றி. பாசீசத்தின் முதல் அடி, பயங்கரமானதாகத் தான் இருக்கும்—ஆனால் அதன் வீழ்ச்சி, எதிர்பாராத நேரத்தில் இருக்கும். சரியும் திடீரென்று !

சடசடெனச் சரிந்ததுபார் ஜாரின் ஆட்சி !

என்றார் கவி. நாம் படித்திருக்கிறோம்—நம்மை ஆட்டிப்படைக்கும் அதிகாரத்தைப் பெற்றவர்களும் அதனைப் படித்திருக்கிறார்கள்.

பிரசாரபலம், அதிகாரபலம் இரண்டும் இருக்கும் காரணத்திலேதான், வேலை நிறுத்தங்கள் ஒவ்வொன்றின் போதும், ஆளவந்தார்கள் முதலாளிகளின் முன்னோடும் பிள்ளைகளாகிப் பாட்டாளியை அடக்குகிறார்கள். தொழிலாளிக்குத் தடியடி, கண்ணீர்க்குண்டு, துப்பாக்கி, சகலமும் நடக்கிறது. கூண்டோடு பிடித்தாயிற்று கம்யூனிஸ்டுகளை. காங்கிரஸ் நாராயணசாமிக்கும் அதே கதி! தேசிய முரசு கொட்டுகிறார் முத்துசாமி வல்லத்தரசு. அவருக்கும் அன்பழைப்பு, 'வா ஜெயிலுக்கு' என்று, ஏன் ? அவர்கள் ஏதோ உழவர்களின் உரிமைக்காகக் கொஞ்சம் உரத்தகுரலிலே பேசிவிட்டனர் என்பதற்காக ! உரத்த குரலிருந்தால், ஊரெங்கும் சென்று, கருப்புச் சிவப்புச் சட்டைகளைக் கண்டிக்க வேண்டுமே தவிர, உழவனுக்குப் பரிந்து பேசுவதா? என்று தேசியம் அவர்களை நோக்கிக் கேட்கிறது. அவர்கள் சிறையில் இருந்தபோது, என்ன சிந்தித்தனர் ? நாம் அறியோம்! ஆனால் ஒன்று தெளிவு; ஜனநாயக உணர்ச்சியை அடக்குமுறை கொண்டு ஒழித்துவிட முடியாது. அந்த ஜனநாயக உணர்ச்சி ஏற்பட வேண்டுமானால் —பலப்பட வேண்டுமானால், நெஞ்சில் உரமும், நேர்மைத்திறமும் வேண்டும். பழைமையின் பிடிப்பிலிருந்து

விலகும் நோக்கம் இருக்கவேண்டும். இதற்குத்தான் நாம் அறிவுத்துறையிலே புரட்சி ஏற்பட்டாக வேண்டுமென்று கூறுகிறோம். மே தினச் செய்தி, பாட்டாளிகளின் விடுதலைச் செய்தி ! அந்த விடுதலை, பொருளாதாரத் துறையினது மட்டுமல்ல-அறிவுத்துறையிலேயும் விடுதலை வேண்டும். ஒன்றுக்காக மற்றொன்றை விட்டுவிடுவதோ, மட்டமாக மதிப்பிடுவதோ ஆகாது என்று கூறுவதோ அவசியமல்ல. இரண்டும் தேவை—இருநோக்கமும் கொண்டதே, திராவிடர் கழகம். பாட்டாளிகளின் விடுதலைத் தினமாகப் பாரெங்கும் கொண்டாடப்படும் இந்த மே தினத்தன்று, நாம் திராவிட நாடு திராவிடருக்கே என்று கூறுகிறோம். இது உலகம் உழைப்பாளிகளுக்கே என்ற முழக்கம் போன்றதே! குறிச்சொல் மட்டுமே வேறு, குறிக்கோள் ஒன்றுதான். உலகம், உழைப்பாளிகளுக்கே உலுத்தர்களுக்கு அல்ல! பிறர் உழைப்பை உண்டு கொழுப்போருக்கு அல்ல! சுரண்டி வாழுவோருக்கு அல்ல! முதலாளித்துவத்துக்கு அல்ல. ஆம்! அதே பொருளில்தான், திராவிடநாடு, திராவிடருக்கு, ஆரியருக்கு அல்ல; அண்டிப்பிழைக்க வந்து நம்மை மண்டியிடச் செய்த மதத் தரகர் ஆட்டத்துக்கு அல்ல; வட நாட்டு முதலாளித்துவத்துக்கு அல்ல; உழைக்கும் உத்தமர்களாகிய திராவிடர்க்கே! என்று கூறுகிறோம். மே தினத்தன்று பாட்டாளிகளுக்கு நாம் கூறும் செய்தி இதுதான்.

போர் முரசு

தோழர்களே! நான் குடந்தை வந்து நெடுநாட்களாகின்றன. குடந்தைவாசிகள், மகாமகா காலத்திலே மாபாதகங்களைத் தீர்த்துவைக்கும் மகிமை பெற்ற மகாமக குளத்திலே மூழ்கித் தத்தம் பாபங்களையெல்லாம் போக்கிவிட்டிருக்கும் புனிதமான (!) காலத்திலே வந்துள்ளேன். ஆம்; முன்வந்த முறைக்கும் இப்போதுவந்த முறைக்குமிடையே பலப்பல மாறுதல்கள். அப்போது சண்டை வெகு மும்முரமாக நடந்து கொண்டிருந்தது; இப்போது சண்டை நின்று சமாதானம் நிலவுகிறது. அன்று நாட்டிலே ஆகஸ்டு கலவரம் எதிரொலித்துக்கொண்டிருந்தது. இன்று கலவரம் நின்று காங்கிரஸ்-சர்க்கார் ஆட்சி ஏற்பட்டிருக்கிறது. நாட்டிலே இப்படி நானாவித மாறுதல்கள் நடந்துள்ளன; நடக்கின்றன. நம் கட்சியுங்கூட, சேலத்திற்குப் பிறகு மகத்தான மாறுதல்களடைந்துள்ளது. மாறுதல்கள் இயற்கையாக நிகழும்; நிகழ்ந்தே தீரும். அதில் ஒன்றும் தவறு இல்லை.

இன்று அரசியல் உலகில் மாபெரும் நெருக்கடி ஏற்பட்டுள்ளது; ஏன்? பெரிய கொந்தளிப்புங்கூட உண்டாகியுளது, எந்தக் காங்கிரஸ்காரர்கள், ஆகஸ்டுக் கலவரங்களுக்குக் காரணஸ்தர்கள் என, எந்தச் சர்க்காரால் கருதப்பட்டார்களோ, எந்தக் காங்கிரஸ், நாட்டிலே புரட்சித்தீயை வாரிவாரி வீசி அமைதியை அழித்துக் கலவரத்தைக் கிளப்பியது என்று எந்தச் சர்க்காரால் குற்றப்பத்திரிகை படிக்கப்பட்டதோ, எந்தக் காங்கிரஸ்காரர்கள் கலவரக்காரர்கள் என்று எந்தச் சர்க்காரால் தீர்ப்பளிக்கப்பட்டுக் கால வரையறையின்றிக் காவலில் தள்ளப்பட்டனரோ, அந்தச் சர்க்காரே அதே காங்கிரஸ் தலைவர்களை விடுதலை செய்தது. அவர்கள் விடுதலையை நான் மனப்பூர்வமாக வரவேற்கிறேன், வாருங்கள் வாருங்கள் என்று! வாடி வதங்கி வெளியே வரும் காங்கிரஸ்

தலைவர்களை வரவேற்கிறேன், இனியாவது வகையற்ற வழியைப் பின்பற்றாது, நாட்டுக்கு நலன் தரும் திட்டத்தைத் தீட்டுங்கள் என்று. அவர்கள் செய்த தியாகம், பட்ட கஷ்டம், அடைந்த அல்லல்கள் அனைத்தும் விழலுக்கிறைத்த நீராகிறதே! அதை மாற்றுங்கள் மக்களுக்குப் பணியாற்றும் பண்பிலே என்னும் எச்சரிக்கையுடன் நல்வரவேற்கிறேன்.

அன்று காங்கிரஸ்காரர்களால் புறக்கணிக்கப்பட்ட முஸ்லிம்லீக் இன்று இந்துக்களோடு சமஉரிமை பெற்றிருக்கிறது. இந்த வெற்றிக்கு முஸ்லிம் சமுதாயத்தின் கிளர்ச்சியே காரணம். இந்த வெற்றி முஸ்லிம்களின் கிளர்ச்சி அத்தியாயத்திலே முதலிடம் பெறத்தக்கது. ஏன்? பண்டிதர் ஜவஹர் மொழிப்படி பார்த்தால் இந்தியாவிலே இரண்டே இரண்டு கட்சிகள் தான் இருக்கும். ஒன்று காங்கிரஸ், மற்றொன்று சர்க்கார், மற்றகட்சிகள் எல்லாம் ஏகாதிபத்தியதாசர்கள், காலிகள், கூலிகள். ஆனால் இன்று முஸ்லிம் சமுதாயம் தனி இனமாக ஒப்புக்கொள்ளப்பட்டுவிட்டது. எனவேதான் இந்துக்களோடு சரிசமஉரிமை தரப்பட்டது முஸ்லிம்களுக்கு. இனத்துக்கு இனம் பேதம் காட்டக்கூடாது என்ற கருத்திலே இந்துக்கள் ஓர் இனம், முஸ்லிம்கள் வேறு இனம் என்ற அடிப்படை உண்மை ஒப்புக்கொள்ளப்பட்டுவிட்டது.

ஒரு காலத்திலே முஸ்லிம் இனம் ஆங்கில சர்க்காரால் ஒரு சிறுபான்மையான சமூகமாகக் கருதப்பட்டது; காங்கிரஸ்காரர் அதனைச் சமுதாயத்திலே ஓர் அங்கமாக அளவிட்டனர்; வெளி நாட்டார் என்று இந்துக்கள் வேற்றுமை கொண்டாடினர். ஆனால் இன்று அந்த முஸ்லிம் இனம் ஒரு தனி இனமாகக் கொள்ளப்பட்டுவிட்டது ஜனாப் ஜின்னா அவர்களின் இடையறாக் கிளர்ச்சியினால்; அவர் முஸ்லிம் தோழர்களிடை ஊட்டிய இன உணர்ச்சியின் விளைவால் அவர் பாகிஸ்தான் கேட்டபோது பலரும் அதனை எதிர்த்தனர். பாரத மாதாவைத் துண்டாடுவதா? பச்சைக் குழந்தையை வெட்டிக் கூறு

போடுவதா? என்று சூழ்ச்சி பேசினர்; கபட எண்ணத்துடன் கதைகள் கட்டினர். அவர்கள் எண்ணம் ஈடேறவில்லை. ‘பாகிஸ்தான்’ பெற்றுவிட்டனர். சில தோழர்கள் கேட்கலாம், முஸ்லிம்களுக்குப் 'பாகிஸ்தான் (இந்துக்களோடு சம உரிமை) கிடைத்ததைக் கண்டு நீங்கள் ஏன் களிப்படைகிறீர்கள் என்று. ஆம்; உண்மையிலே களிப்படைய வேண்டியவர்கள்தான் நாம். ஏன்? இந்துக்களோடு மொழி, கலை, நாகரிகம் இன்ன பிறவற்றில் முற்றும் மாறுபட்ட முஸ்லிம் சமூகம் ஒரு தனி இனம் என்ற உண்மை ஒப்புக்கொள்ளப்பட்டதைக் கண்டு நாம் களிப்படையத் தான் வேண்டும் எப்படி? கனமான சுவரைப் பெயர்த்தெறிவது கடினம் ஆனால் ஒரு கல்லைப் பெயர்த்து விட்டால் மற்றவற்றைப் பிரித்தெடுப்பது சுலபம். பாகிஸ்தான் கிடைத்த ஒருசில ஆண்டுகளுக்குள் நிச்சயமாக திராவிடர் தனி இனமாகத் திராவிட நாட்டைப் பெறுவர். இன்றேல் என் போன்றோர் பேசுவதும் உம் போன்றோர் உழைப்பதும் பலனற்றே போகும்.

‘பாகிஸ்தான்’ கிடைத்திருக்கிறது வேவல் திட்டப்படி. ஆனால் ஜின்னா கோபிக்கிறாரே ஏன்? என்று கேட்கலாம். காரணமுண்டு அதற்கும். திட்டப்படி நிர்வாக சபையில் இந்துக்களுக்கு 5 ஸ்தானம் என்றால் முஸ்லிம்களும் 5 ஸ்தானம் பெறுவர். சரி; முழுதும் ஒப்புக் கொள்ளக்கூடியது. ஆனால் இந்துத் தொகுதியோடு சீக்கியர் ஒன்று, ஆதி திராவிடர் ஒன்று, ஆங்கில அரசாங்கம் தேர்ந்தெடுப்பது ஒன்று என மேலும் பல ஸ்தானங்கள் உண்டு. இவை இந்துக்களோடு சேர்ந்தால் இந்துத் தொகுதி ஐந்து என்பது மறைந்து ஒன்பது என்றும் அதற்கு மேலும் ஆகிவிடுமே! இது 'பாகிஸ்தான்' என்று காட்டி 'சூதுஸ்தானாக' விளங்குகிறதே! 'பாக்கிஸ்தான் பாக்கிஸ்தான்' என்று கேட்டால் 'பாதகஸ்தான்' தருகிறாயே என்று கேட்கிறார் ஜின்னா; முறைதானே!

சிம்லா மகாநாட்டுக்கு உங்களை அழைக்கவில்லையே, உங்களுக்கு வேதனை இல்லையா என்றால் இல்லை;

வெட்கம் இல்லையா இல்லை; துக்கமில்லையா என்றால் அதுவுமில்லை; பின் நீங்கள் என்ன சுரணை அற்றவர்கள் என்று கேட்டால், இல்லை. ஆனால் ஏன் சும்மா இருக்கிறோம் என்றால் நாங்கள் நுணுக்கம் தெரிந்தவர்கள். இந்தச் சர்க்கார் உதைக்கும் காலுக்குத்தான் முத்தம் என்று முறை வைத்துக் கொண்டுள்ளது. நாங்கள் இப்போது உதைக்கக் காலைத் தயார் செய்து வருகிறோம். எனவேதான் சும்மா இருக்கிறோம். நம்மை நாம் பலப்படுத்திக் கொண்டு நம் லட்சியப் பாதையில் முன்னேறிக்கொண்டே செல்வோம். பின்னால் ஒரு காலம் வரும். அப்போது இந்தச் சர்க்கார் நம்மைப் பின் தொடர்ந்து அழைப்புவிடுக்கும். அப்போது நாம் வரச்சந்தர்ப்பமில்லை, வேறு பல வேலைகள் எமக்கு உண்டு என்று இறுமாந்து கூறலாம். அந்நாள் அண்மையில் வந்தே தீரும்.

காங்கிரஸ் சட்டசபைப் பிரவேசத்தால் சந்தோஷமோ, சலிப்போ இல்லை நமக்கு. அதிகாரத்தில் அமர்வதால் அகமகிழ்வோ, அல்லது அழுக்காறோ அடைபவர்களல்லர் நாம்; அந்தச் சட்டசபை, அதிகாரம் யாவும் நம் கட்சி கண்டவைதான்; ஒரு பதினைந்து ஆண்டுகள் அனுபவித்தவைதான். இன்று அவை வேண்டாம் நமக்கு வேறு பல வேலைகளிருப்பதால். இன்று நம் வேலைகள், நாட்டிலே இன உணர்ச்சியைத் தட்டி எழுப்புவது. இன இழிவைப் போக்குவது, திராவிட நாட்டுக் கிளர்ச்சிக்கான ஆக்கம் தேடுவது, திராவிடப் பண்பை மக்களிடைப்பக்குவமாகப் பரப்புவது, புதுமை காண்பது, பூசல்களை யொழிப்பது புத்துலகம் சமைப்பது, இன்னபிற.

கூட்டு மந்திரி சபையோ அன்றிக் கலப்படமற்ற காங்கிரஸ் மந்திரி சபையோ எது ஏற்படினும் ஏற்பட்டதும்; அது பற்றிக் கவலை இல்லை. களிப்பில்லை, காயவும் இல்லை நாங்கள். இப்போது வேலையதிகம் எங்களுக்கு, வீணர்களாய்த் திரிவதற்கல்ல; வாய்ச்சொல் வீரர்களாய் விளங்கவுமல்ல;

வன்மையான திட்டங்களை வகுத்துக் காட்ட முயற்சியுண்டு. முக்கிய லட்சியங்களைத் தீர்த்துக்கொள்ள, கிளர்ச்சியுண்டு கடமையை நிறைவேற்ற, எழுச்சியுண்டு இனத்தைக் காப்பாற்ற.

சட்டசபை நுழைவு காரமற்றது; அதிகார பீடம் வெறும் ஆர்ப்பாட்டம்; சர் பகதூர் பட்டங்கள், வெறும் பகல் வேஷம்; மந்திரிப் பதவி முதலியன மாயஜால அரசியல்வித்தை என்பது அறிந்தோம்; மயக்கம் தெளிந்தோம். இன உணர்ச்சியற்ற நிலைமையில் இவை யாவும் இன்னல் விளைவிப்பவையே என்பது திண்ணம். நம் எதிர்கால வேலை மகத்தானது, மட்டற்றது. மடமையைப் போக்குவது, கடமையைக் கடைப்பிடிக்கச் செய்வது; இன உணர்ச்சி, திராவிடர் நாம் என்ற எழுச்சியை ஏற்படுத்துவதுதான்; திராவிட நாட்டைத் தனி நாடாகக் காண்பதுதான்; இதுதான் நம் திட்டம்; குறிக்கோள். நாங்கள் சொல்வதைச் சற்றே கேளுங்கள்! பரிசீலனை செய்து பாருங்கள் பகுத்தறிவுடன்! கூர்ந்து நோக்குங்கள் குறையுள்ளதா என்று. பின்னர்ப் பின்பற்றுங்கள் எம்மை, எம் திட்டத்தை, குறிக்கோளை. எமக்காக அல்ல உங்களுக்காக! உங்கள் நாட்டின் சமுதாயத்தின் உயர்வுக்காக; திராவிடத்தின் சீரும் சிறப்பும் ஓங்குவதற்காக; மக்கள் மனம் மகிழ்வதற்காக; சமத்துவம் தாண்டமாடுவதற்காக; அல்லல்கள் அழிந்தொழி வதற்காக; ஏழ்மை போவதற்காக; இன்ப வாழ்வு வாழ்வதற்காக.

சமீபத்திலே காங்கிரஸ் காரியதரிசி, ஆசார்யா கிருபாளினியை ஒருவர் கேள்வி கேட்டார், காங்கிரஸ் எவ்வளவு காலம் இருக்கும் என்று. அதற்கு அவர் பதிலளித்தார், சுயராஜ்யம் வந்துவிட்டால் காங்கிரசுக்கு வேலையில்லை என்று. அவர்களுக்கு வேண்டுமானாலும் அப்போது வேலையில்லாதிருக்கலாம். சுய ராஜ்யம் கிடைத்தது. காங்கிரசே நாடாண்டாலும் நமக்கு வேலையதிகம்; நம் கட்சியும் மிகமிகச் சுறுசுறுப்புடன் வேலை செய்யும். ஏன்?

நம்முடைய குறைகளைத் தீர்த்துக்கட்ட, இப்போது நாம் எதைச் சொல்லினும் சிந்தியாமல் ஏகாதிபத்திய தாசர்கள் என்று ஏய்க்கப் பார்க்கிறார்கள்; மக்களை ஏமாளிகளாக்குகிறார்கள்; ஆங்கிலேயனின் அடிமை என்று கதை கட்டுகிறார்கள். அப்போது நேரடியான போராட்டம் நடக்கும். அதற்காக இப்போது கசரத்து பழகிக்கொள்வோம், இன எழுச்சியின் மூலம். அது தவிர தற்போது வேலையில்லை, இன உணர்ச்சி— இன எழுச்சி என்பதைத் தவிர்த்து.

சட்டசபையின் சிறப்பை, மந்திரி மண்டலத்தின் மாண்பை, நிர்வாக சபையின் நிம்மதியை, அதிகாரத்தின் ஆனந்தத்தை காங்கிரஸ் வேண்டுமானால கண்டு களிக்கட்டும், பெற்றுப் பெருமிதமடையட்டும், நாம் மறந்த இன உணர்ச்சியை மறுபடி தேடவும், இழந்த இன்பத்தைத் திரும்பப் பெறவும், தேய்ந்த இலட்சியத்தைப் புதுப்பிக்கவும், மருண்ட மனத்தை மலர்விக்கவும், கொண்ட கருத்தை முடிக்கவும் வகையான வழி கோலலாம். வாழ்வில் அது வளம் தரும். அதன் பின்னால் நம்மைப் பார்க்கத் தேடி வருவார்கள் அவர்கள். இது நிச்சயம்.

அன்று எட்டு மாகாணங்களிலே கொட்டு முழக்குடன் கொடியேந்திக் கோலாகலத்துடன் ஏற்றது காங்கிரஸ். குறைந்தது ஒரு நூற்றாண்டுக்கும். எங்களை எவரும் அசைக்க முடியாது. அப்புறப்படுத்த முடியாது என்றெல்லாம் ஆர்ப்பாட்டம் செய்தது அப்போது. ஆனால் நடந்ததென்ன? 2 ஆண்டுகட்கெல்லாம் தானே வலிய ஓடிப்போக நேர்ந்தது.

நம் மாகாணத்தில் மட்டுமென்ன? ஆச்சாரியார் அடைந்த அல்லல்கள், கேட்ட நிபந்தனைகள் குறைவற்றவைகளா? அவர் சென்ற இடமெல்லாம் கறுப்புக் கொடியுடன் கண்டனக் கூட்டங்கள்;

திரும்பிப் பார்த்தால், செய்த தீச்செயல்களைப் பற்றிய கண்டனக் கூச்சல்; புகையிலை வரி, விற்பனை வரி இன்ன பிற எல்லாவற்றிலும் எதிர்ப்பைக் கண்டார். ஏளனத்தைக் கண்டார். அவர் புகுத்தின கட்டாய இந்தியும், நம்மை நாம் உணர்ந்து உணர்ச்சி பெற்று உறுதியுடன் உழைக்கத்தான் உதவிற்று; திராவிட உணர்ச்சி தலையெடுக்க உதவிற்று. அவர் அடக்குமுறையால் நம் உணர்ச்சி மாளவில்லை; மாறாக உத்வேகம் பெற்று ஓடியது ஊற்றுப்போல, இன உணர்ச்சி பொங்கி வழிய, நம்முடைய தியாகம் தெரிய, உண்மை வெளிப்பட, உழைப்பு பலனளிக்க கட்டாய இந்தி நல்ல வாய்ப்பாக விளைந்தது. நம்மில் எத்தனை எத்தனை தாய்மார்கள் சிறைக்கோட்டம் புகத் தயார் என்பதை அது எடுத்துக் காட்டிற்று. எத்தனை வாலிபர்கள் இனப் போராட்டத்திற்கு இசைந்துள்ளார்கள் என்பதை அது விளக்கிற்று, தாலமுத்து, நடராசன்போல் தமது உயிரையும் தரும் மணிகளின் ஒளி தெரிய அது உதவிற்று. யாதொருவர் அன்று அவதிப்பட வைத்தது. அதன் பின் இன்று ஐயாயிரவருக்கு மேல் நான்-நீ என்று சிறை செல்வதற்கு முந்தும் உணர்ச்சியைத் திராவிட இனத்திலே தட்டியெழுப்பியுள்ளது; இன எழுச்சித் தீ நாடெங்கும் பரவியுள்ளது. இதைக் கண்டு தேசீயவாதிகள் சலிப்புறலாம்; விசாரமும் அடையலாம். நமக்கென்ன அதைப் பற்றி! நம் வேலை நமக்கு. நாடோடிகள் அல்ல நாம் நாடில்லையே என்று நாதியற்று நலிய; தொடை நடுங்கிகளல்ல நாம் தோல்விகண்டு தேம்பியழ; நம்மிடம் தைரியமுண்டு; போராட நெஞ்சுரமுண்டு. காரணம்? துடுக்குத்தனமா? துன்மார்க்கமா? அல்ல பத்திரிகை பலமா? பிரசார பலமா? அல்ல, அவை எல்லாம் காங்கிரசுக்குத்தான் அமோகமாசு உண்டு. நம்மிடம் அமைப்பு இல்லை, பத்திரிகை இல்லை, பிரசாரம் இல்லை, மணம் இல்லை, பதவி இல்லை. பின் எதனால் இத்தனை வீரம் தீரம் நெஞ்சுரம் எல்லாம்? நம்மிடம் நீதி நிறைந்திருக்கிறது, மானிட உரிமை மட்டற்று விளங்குகிறது, ஜீவசக்தி இருக்கிறது என்ற காரணங்களால்.

காற்று வீசாதபோது வேண்டுமானால் விசிறி கொண்டு காற்றைப் பெறலாம். விசிறினால் வரும் காற்றைத் தடுக்கலாம் விசிறியை வீசி எறிவதால். ஆனால், காற்று இயற்கையாக வீசுவதைத் தடுக்க, ஏன் என்று கேட்க, எவரால் முடியும்?

கணக்கற்ற காலமானாலும் தொடர்ந்து போராட்டத்தை நடத்த நெஞ்சிலே உரம் வேண்டும்; தியாகம் செய்ய திடம் வேண்டும். நெஞ்சு நினைவற்றிருக்கும், மனம் மறந்திருக்கும், அறிவு அசட்டையாக இருக்கும் இந்த நேரத்திலே, இனப் பற்றை, இலட்சியத்தை, குறிக்கோளைச் சற்றுத் தேடித் தடவி நினைவூட்டுகிறேன், உணர்ச்சி கொள்ளுங்கள், எழுச்சி பெறுங்கள் என்று.

இன்று இன உணர்ச்சி, எதிர்காலத்திலே எதற்கும் சலியாத, சாயாத அளவுக்கு எழுச்சி பெற்று வளர்ந்துள்ளது. ஆம்! நமது இயக்கத்திலே 60,000 அங்கத்தினர்கள் சேர்ந்துள்ளனர். இத்தகைய எண்ணிக்கை பனகால், தியாகராயர், நாயர் போன்ற பெருமக்கள் காலத்திலே கூடக் கிடையாது. ஒரு சமயம் பனகால், ஒரு கூட்டத்திலே பேசுமிடத்து "உங்கள் நீதிக்கட்சியில் எத்தனை அங்கத்தினர்கள் உள்ளனர்'' என்று ஒரு காங்கிரஸ் தோழர் கேட்டார். அதற்குப் பனகால் ராஜா "காங்கிரசில் எத்தனை பேர்" என்று கேட்க ஒன்றரை லட்சம் என்று அவர் கூறினார். "அந்த ஒன்றரை லட்சம் போக, மற்றப் பேர் ஜஸ்டிஸ் கட்சிக்காரரர்தானே!" என்று பனகால் விடையிறுத்தார் என்று சிலர் ஏளனம் செய்தனர். அந்த நிலையில் நாம் இல்லை. நமக்குப் பத்திரிகை, பிரசாரம், அமைப்பு என்பன எவையும இல்லை. இருந்தும் ஒருசில மாதங்கட்குள்ளே 60 ஆயிரம் பேர் சேர்ந்துள்ளனர் நம் கழகத்திலே. இது நீதிக்கட்சியின் வரலாற்றிலேயே பெருமையான கட்டம் என்றால் மிகையல்ல. எண்ணிப்பாருங்கள் எப்படிப்பட்ட அங்கத்தினர்கள் இவர்கள் என்று! இவர்களை அங்கத்தினர்கள் என்பது அவ்வளவு

பொருத்தமல்ல. தொண்டர் படை என்பது மிகப்பொருந்தும். எதற்குத் தொண்டர் படை? தேர்தல் வேலைக்கா? எடுபிடி ஆட்களாகவா? மலர்மாலை சூட்டவா? கவர்னரின் கைலாகு பெறுவதற்கா? மன்னர் பேட்டிக்காகவா? இல்லவே இல்லை. பின் எதற்கு? இனத்துக்காக இரவும் பகலும் பாடுபட அவசியமானால் சிறைக் கதவுகளையும் சென்று தட்டுவதற்குத் தயாராய் இருக்கும் காளைகள் இவர்கள். எனவே நம் எதிர்காலத் திட்ட வேலையெல்லாம் காங்கிரசின் கபடத்தினின்றும் விலகி, கருத்தோடு கடமையைச் செய்து, வெற்றிதோல்வி பற்றிக் கவலையின்றி நம் நிரந்தரப் பிரச்சனையைத் தீர்க்க, திராவிட நாட்டைத் தனி நாடாகக் காண, உறுதியுடன் ஊக்கத்தோடு உழைப்பதற்கே.

அடிப்படையை அடைவதைத் தவிர நமக்கு வேறு வேலையில்லை. திராவிட நாடுதான் நம் எதிர்கால வேலைத்திட்டம். அதனை அடைந்தே தீருவோம். எனவே, நாம் நம்மில் எவரும் எக்காலத்தும் எந்நிலையிலும் "நான் திராவிடன்" என்று சொல்லவும் எண்ணவும் தயங்கக் கூடாது. அது பிழையென்று பின் வாங்கக்கூடாது.

ஆம், திராவிடர் நாம் என்ற இன உணர்ச்சி நம்மிடை எழுச்சியடையவேண்டும். எனவேதான் ஜஸ்டிஸ் கட்சியைத் திராவிடர் கட்சி என அழைக்கிறோம். இது நம்முடைய மாற்றுத் தோழர்களிடையே மாற்றத்தையும், கூட்டுத் தோழர்களிடையே கொந்தளிப்பையும் உண்டாக்கியது. அடிப்படையில் மாற்றம் செய்தோம் இன்று. அன்று நீதிக் கட்சி அதன் ஆரம்ப காலத்திலே, நீதி கேட்கும் சபையாக, ராஜி பேசும் சபையாக, இன்னும் சொல்லவேண்டுமானால் ஒரு வகுப்பாரின் பஞ்சாயத்துச் சபையாக விளங்கியது. 100-க்கு 97 பேர் பாடுபடுபவர்கள் நாங்கள்; 3 பேராகிய ஆரியர்கள் உயர்ந்த பதவிகளிலே அமர்ந்து ஆளுகின்றீர்களே, இது நீதியா? பெரும்பெரும் உத்தியோகங்களில் ஆரியர்களே அதிகம்; மற்றவர் மிகமிகக்குறைவு. இது முறையா? எங்களுக்கும் அதிகாரத்தில் பங்குவேண்டும், தாருங்கள் என்று நீதிக் கட்சி கேட்டது அன்று. நாங்கள் உழைக்க, வேறு ஒருவர உண்டு

களிப்பதா? இது நல்லதா என்று நீதி கேட்டது, கூக்குரலிட்டது. ஆனால் பலன்? ஆள்வது ஆங்கில சர்க்கார்; ஆனால் அதை ஆட்டி வைப்பது ஆரியம். நீதி கிடைக்குமா அங்கு? நாம் ஏன் அவரிடம் நீதி கேட்கவேண்டும்?

புலியிடம் மான் மன்றாடி மனம்வைத்து உயிர்ப்பிச்சை அளிக்கும்படி வேண்டுவது இயற்கை; நடக்கக்கூடியது. ஆனால் புலி, மானிடம் பயந்து அடங்கி ஒடுங்கி நடுங்கி உயிர்ப்பிச்சை கேட்பது என்றால் இது விவேகமுள்ள பேச்சா? மிசுவிசித்திரமானது அல்லவா? அது போலத்தான் அன்று பார்ப்பனரல்லாதார் பார்ப்பனரிடம் தம்மை நல்ல முறையிலே நடத்தித் தம் வகுப்புக்கு நீதி வழங்கும்படி கேட்டனர். இது விசித்திரமான காரியம். ஏன்? பெரும்பான்மையோர் சிறுபான்மையோரிடம் உரிமை வேண்டி நின்றது விசித்திரம்; எனவே வழங்கப்படவில்லை நீதி. ஏன் இன்றும் அந்த இழிநிலை நம்மிடம்? இந்த நாட்டுக்கு உரிமையாளரான இனம், நாடாண்ட இனம், நாடாளப்போகும் இனம், நாகரிகம் மிகுந்த இனம், சரித்திரப் பிரசித்தி பெற்ற திராவிடர் இனம்; இலக்கியத்திலே இன்பம் கண்ட இனம், வீரமிக்க இனம், வீணர்களிடம் வாதுபுரிந்து ஏன் நீதி கேட்கவேண்டும்? கேட்டும் ஏன் நீதி கிடைக்கவில்லை? என்று துருவித்துருவி ஆராய்ந்தோம். நாம் திராவிடர்; நம் இனம்—திராவிட இனம்; நம்முடைய நாடு திராவிட நாடு என்று கண்டோம். நாம் யார் என்று கண்டோம். நமக்காக உழைக்கும் கட்சியை நம் இனப்பெயரால், உக்குறிச் சொல்லால் அழைக்கலானோம். அதுதான் நீதிக் கட்சியென்னும் திராவிடர் இயக்கம்.

வீடு இடிந்து தாறுமாறாகக் கிடந்தது; அழகு இழந்திருந்தது. அதைப் புதுப்பித்தோம். எப்படி? இனி எக்காலத்துக்கும் எதற்கும் ஆடாது அசையாது நின்று ஈடுகொடுக்கும்படி அத்தனை உறுதியாக அமைத்தோம்; அமைக்குமுன் அஸ்திவாரத்தைக் கொஞ்சம் கெட்டிப்படுத்தினோம்;

அவ்வளவுதான்; அடிப்படை ஆணிவேர்போல் ஊன்றிவிடவே, அதன் மேலுள்ள வீடு அற்புதமாக அமைந்து பொச்சரிப்பையும் பூசல்களையும் கண்டு மருளாதுப் புகழையும் நிந்தனையையும் பொருட்படுத்தாது, அடிப்படையைப் பலப்படுத்தினோம். பொச்சரிப்புக்காரர்களை போவென்றோம், 'புதையல் கிடைக்கும்' பூமான்களாய் வாழலாம் என்றிருப்போரை உங்களுக்கு வேலையில்லை நடவுங்கள் என்றோம். பட்டம் பதவிப் பித்தர்களை விரட்டியடித்தோம்.

ஆம்! இடிந்த வீட்டைச் செப்பனிட்டோம். அஸ்திவாரத்தைப் பலப்படுத்தி, கூரை வேய்ந்து, சுற்றுச்சுவர் எழுப்பி கூடகோபுரமாகக் கட்டினோம், அந்த வீட்டைக் கட்டுங்கால் எங்கள் நரம்பையும் நாராகக் கொடுத்திருப்போம். எங்கள் உழைப்பால் வந்த வியர்வைகூடச் சேறாகப் பயன்பட்டிருக்கும். அத்தகைய அல்லல்களை அடைந்தோம் நாங்கள். ஈடற்ற இடுக்கண்களோடு இடிபட்டோம். அதன் பலன் இன்று இடிந்த வீடு (ஜஸ்டிஸ் கட்சி) செப்பனிடப்பட்டது, செம்மையாக. வீடு இடிந்த அன்று எட்டு அடிகூடக் கிட்டவராமல் எட்டிப்போனவர்கள், இன்று இடிந்த வீடு புதுப்பிக்கப்பட்டு, பூச்சு வேலை செய்யப்பட்டு, புது மெருகுடன் விளங்குவதைக் கண்டு விரைவாக வேகமாக வெற்றி முழக்குடன் வீறாப்புப் பேசிக்கொண்டு, பூர்ண கும்பத்தைக் கையிலேந்தி உள்ளே நுழைய மந்திரம் ஜெபிக்கப் புறப்பட்டு விட்டனர் பூரிப்போடு. நாங்கள் அவர்களை வரவேற்றோம், வாருங்கள், உள்ளே வந்து பாருங்கள், வீடு எவ்வளவு விசாலமானது, விரிவானது, காற்று எவ்வளவு நன்றாக வீசுகிறது, உள்ளே நுழைந்து வீட்டின் வாடைபட்ட உடனே கோழைக்கும் வீரம் பிறக்கும். துணிவும் நிமிரும், நரம்பிலே விசையதிகமாகும், எண்ணத்திலே எழுச்சி ஏற்படும் என்று எடுத்துச் சொன்னோம் என்ன செய்தனர் பூர்ண கும்பமேந்திகள்? உள்ளே வந்து யாவற்றையும் உற்றுத்துருவிப் பார்த்தனரா? இல்லை. பின் என்ன செய்தனர்! நாங்கள் உள்ளே வரமாட்டோம்; பயமாக இருக்கிறது. நீங்கள்

என்ன என்னவோ செய்து வீட்டைக் குட்டிச்சுவராக்கிவிட்டீர்கள். நீங்கள் செய்த மாறுதல் பிடிக்கவில்லை என்று பலப்பல பேசினர், அடிப்படையை அறியாததால். உள்ளே வந்து உள்ளதை உள்ளபடி அறிய பயம். ஆனால் குடியிருக்க மட்டும் ஆவல் அதிகம். பூர்ண கும்பமேந்திகட்காக உழைப்பாளிகள் வீட்டை விட்டுப் போக வேண்டுமா? எப்படி முடியும் அது? எனவே சென்று வாருங்கள் என்று செப்பினோம் அவர்களை. நம்முடைய கட்சியின் பெயர் மாற்றம் ஏன் என்பதைத் தெளிவுபடுத்திவிட்டோம். நம்முடைய தோழர்கள் இனியும் இனத்தை எழுச்சி பெறச் செய்யாதிருந்தால் அது இரங்கற்பாலதே!

குடந்தை அறிவாளிகள் நிறைந்த இடம். அறிவாளிகள் அதிலும் பார்ப்பன அறிவாளிகள், படித்த அறிவாளிகள் அதிகம். நான் கேட்கிறேன் அவர்களை நினைத்துப் பாருங்கள்! சிந்தித்துப் பாருங்கள் சற்றே! ஆரியம்—திராவிடம் இரண்டும் ஒன்றா? ஆரிய நாகரிகத்திற்கும், திராவிட நாகரிகத்திற்கும் வேற்றுமை இருக்கிறதா இல்லையா என்று. வேற்றுமை, எதிலும் வேற்றுமை, எல்லாவற்றிலும் வேற்றுமை, எதற்கெடுத்தாலும் வேற்றுமை இல்லையா? கலையில் இனப்பண்பில் நடைமுறையில் வாழ்வில் வாழ்க்கை முறையில், உழைப்பில், உண்டு களிப்பதில் வேற்றுமையில்லையா? வேற்றுமை மிகத் தெளிவாக விளங்குகிறதே; இல்லை என்று நெஞ்சாரக் கூறமுடியுமா?

இவ்வித வேற்றுமை ஏன்? அதை மாற்றுங்கள், உங்கள் போக்கை மாற்றுங்கள், மறுமலர்ச்சி கொள்ளுங்கள்; அகம்பாவத்தை அகற்றுங்கள்; அறிவைக் கொள்ளுங்கள், ஊரார் உழைப்பை உறிஞ்சாதீர். உழைத்து மற்றவர்போல் உண்ணுங்கள், பூதேவர்களாய் வாழாதீர்; அது அறமல்ல; அறிவுடைமையல்ல, அற்பத்தனம்; அயோக்கியத்தனம்; அதைவிட்டு நீரும் மனிதர்களாய் மனிதத் தன்மையோடு

வாழ்வதே வகையான செயல் என்று வேண்டுகோள் விடுத்தோம். வேண்டுதல் விழலுக்கிறைத்த நீராயிற்று. ஆரியம் அதன் போக்கை, வாழ்க்கை முறையை, ஊரை உறிஞ்சும் உலுத்தர் வேலையை விடவில்லை, மாற்றவுமில்லை. மாறாக இன்று தேசியத்தின் பெயரால் உருமாறி மக்களை ஏய்க்கப் பார்க்கிறது! ஏ ஆரியமே! நீ உருமாற வேண்டாம். உன் போக்கை மாற்றவும் வேண்டாம். வேண்டுகோள் விடுத்த வேளை போய்விட்டது. நீ நன்றாக பஞ்சகச்சம் வைத்து உடுத்து, பூதேவனென்று புகழ்ந்துகொள். தர்ப்பைப் புல்லைக் காட்டிக் காசு பறி; அந்தரலோகத்திற்கு அழைத்துச் செல்வேன் என்று ஆசை காட்டி அகப்பட்டதைச் சுருட்டு! அதுபற்றிக் கவலையில்லை நமக்கு. ஏன்? ஆரிய சூழ்ச்சியை மக்கள் இன்று உணர ஆரம்பித்துவிட்டனர். ஆரிய உருத்தாங்கி தர்ப்பாயுதத்துடன் வெளிவந்தால் பிழைப்பு இருக்காது வருங்காலத்தில். இவன் ஆரியன் என அறிந்து நடக்க, உன் உருவம் உதவட்டும்! என்பதே எனது ஆசை.

முஸ்லிம்கள் தங்களை முஸ்லிம்கள் என்றும், பார்ஸியர் தங்களைப் பார்ஸியர் என்றும், சீக்கியர் தங்களைச் சீக்கியர் என்றும், ஆப்ரிக்கர் தங்களை ஆப்ரிக்கர் என்றும் அழைக்க, அழைத்துக்கொள்ள வெட்கப்படவில்லையே; நீ ஏன் உன்னை ஆரியன் என்று கூறிக்கொள்ள வெட்கப்படுகிறாய்? அழகற்ற நீக்ரோவனுங்கூடத் தன்னை நீக்ரோ என்று கூறிக்கொள்கிறான், நீ என்ன அவனைவிடக் கறுப்பா ஆரியன் என்று கூறிக்கொள்ள வெட்கப்பட? அல்லது சிவப்பு இந்தியன் போல அவ்வளவு சிவப்பா? அதனால் "நான் ஆரியன்" என்று அறிவித்துக்கொள்ள ஆயாசப்படுகிறாய்? உள்ளதை உள்ளபடி கூறுவதிலென்ன அபசாரம் உனக்கு? நீ ஆரியன் என்பதை மறைக்கிறாயே ஏன்? அதனை அறியோமா நாங்கள்? கடந்த பல ஆண்டுகட்கு முன்னர், மாக்ஸ்முல்லர் வந்தபோது ஆரியவேதம்—எங்கள் வேதம், வடமொழி—எங்கள் மொழி, அது தேவ பாஷை என்று கூறிக் குதூகலமடையவில்லையா, பூரிப்படையவில்லையா நீங்கள்? அது கண்டு சென்னை மயிலையும் திருவல்லிக்கேணியும்

திருநடனமாடவில்லையா? சின்னாட்களுக்கு முன்னருங்கூட மாணவரின் பள்ளிகளிலே ஆரியமத உபாக்யானம் என்றும், ஆரிய தர்மமென்றும் பாட புத்தகங்கள் வைக்கப்பட்டிருக்கவில்லையா? எதனால் அக மகிழ்ந்தீர் அப்போது? ஆரியர் நீங்கள்; ஆகையால் தானே ஆனந்தம்! ஜெர்மனியர் போரில் ஜெயித்துக் கொண்டிருந்தபோது என்ன ஜம்பம் பேசினீர்கள்? 'அவாளும் ஆரியாள்' என்று அகங் குழையவில்லையா? ஆரியத்தின் உயர்வைக் கண்டு ஆனந்த நடனமாடுகின்றீர்; ஆனால், 'நாங்கள் ஆரியர்' என்று கூறிக்கொள்ள நீங்கள் அச்சப்படுகின்றீர்களே, ஏன்? வெட்கமா, துக்கமா, மர்மமென்ன? மக்களை ஏமாற்றத்தானே! செல்லாது அது இனி.

ஜெர்மானிய நாட்டிலே ஜெர்மானியர் அதிகம்; ஆங்கில நாட்டிலே ஆங்கிலர் அதிகம்; சீன நாட்டிலே சீனர் மிகுதி; கிரேக்க நாட்டிலே கிரேக்கர் எண்ணிக்கை மேம்பட்டது. எனவே அந்தந்த நாடு அவரவர்களுக்குச் சொந்தமாக உள்ளது. திராவிட நாட்டிலே யார் பெருவாரி? உழைப்பவர்கள் யார்? இது யாருக்குச் சொந்தம்? எங்களுக்கு—எங்கள் திராவிட இனத்திற்குச் சொந்தம். இது ஆரிய நாடு அல்ல, அல்லது ஆரிய ஆதிக்கத்திற்கு அடங்கும் நாடுமல்ல ஆரியருக்கு நாடில்லையே என்ற எண்ணம் ஏற்படலாம். அதைப்பற்றி நமக்குக் கவலையில்லை;

உலகிலேயே இரு இனங்கட்குச் சொந்த நாடுகிடையாது. இது வரலாற்றுச் சான்று. ஆனால் வருங்காலத்திலே திராவிட நாட்டிலே ஆரியருக்கென்று தனி இடமுண்டு அக்ரகாரத்திலே ஆரியம் அன்றும் இருக்கும். ஆனால் சற்றுப் பேதம் உண்டு, இன்றைய நிலைக்கும் அன்றைய நிலைக்கும். ஆரியம் வாழும்; ஆனால் பிறரைச் சுரண்டியல்ல; பூதேவர்களாகவல்ல; விளைக்காது அறுக்கும் வஞ்சகர்களாக அல்ல; உழைப்பாளிகளாய் மனிதர்களாய், ஆரியம் விளங்கும் அன்று. ஆரியம் தன் இடத்தை விட்டு வெளிப்போந்தால்

ஊர்காவலர் ஒரு கேள்வி கேட்பார், பதிலளித்த பின்னர்தான் வெளிப்படலாம். எங்குப் புறப்பட்டீர்? எதற்காக? மக்களுடன் எவ்வகையில் கலக்கக் கருத்துக் கொண்டிருக்கிறீர்? என்ற வினாக்களுக்கு விளக்கமாக விடை வேண்டும். அவர்கள் கூறும் பதிலிலிருந்து அவர்களின் செயல் விவேகமான செயல், வஞ்சக வேலையல்ல என்று தெரிந்து பிறகுதான் வழிவிடுவார். ஏன்? ஆரியம் அத்துணை அறிவு படைத்துள்ளது தாங்கள் முன்னேறுவதில்.

சிலர் கேட்கலாம் ஆரியம் வேறு திராவிடம் வேறு என்று பலப்பல பேசுகிறீர்; திராவிடத்திலே கூடப் பள்ளர் பறையர் என்றும், முதலியார், நாயுடு, சைவ, வைணவர், வேளாளர் என்றும் பல பிரிவுகள் உள்ளனவே, இது உங்கள் கண்ணில் உறுத்தவில்லையா? வீணே ஆரியத்தை மட்டும் ஏன் தூற்றுகிறீர் என்று ஒப்பாரி வைக்கலாம்.

நான் கூறுகிறேன் அத்தகைய தோழர்களுக்கு, ஆரியத்தின் அக்கிரமச் செயல்களால் உண்டான பிழைகள் இவை, வேறுபாடுகள் இவை. திராவிடத்திலே உள்ள இத்தகைய வேறுபாடுகளை நீக்கிக் கொள்ள முடியும். ஆரியத்திற்கு திராவிடத்திற்குயிடையே அளவற்ற முரண்பாடுகள் உள்ளன. வேறுபாட்டை நீக்கிக் கொள்ள முடியும். ஆனால் முரண்பாடு நீக்க முடியாது. சான்றாக திராவிடத்திலுள்ள வேறுபாடு, தண்ணீருக்கும் பன்னீருக்கும் உள்ளதை ஒத்தது. தண்ணீரோடு பன்னீரைக் கலக்கலாம்; கெடுதியில்லை; தண்ணீரும் பன்னீரின் மணத்தில் பங்கு பெறும். இதில் முரண்பாடு இல்லை; வேறுபாடுதான் உளது. இன்னும் இந்த வேறுபாடு தண்ணீருக்கும் இளநீருக்கும் உள்ள வேறுபாட்டைப் போன்றது. இளநீர் சற்று இனிப்பாக இருக்கும்; தண்ணீர் சுவையற்றிருக்கும். வேற்றுமை அவ்வளவே. இளநீரோடு தண்ணீர் கலந்தால் உபயோகமற்றதாகி விடாது. இதுவும் முரண்பாடல்ல—வேற்றுமைதான். இத்தகைய வேற்றுமைகளை விவேகமிருந்தால் விலக்கிக் கொள்ளலாம்;

அறிவு இருந்தால் அகற்ற முடியும்; ஆனால் ஆரியத்திற்கும் திராவிடத்திற்கும் உள்ள முரண்பாடு, பார்த்த அளவிலேயே முரண்பாடு உடையவை என்பது தெள்ளிதில் விளங்கும்.

ஆரிய—திராவிட முரண்பாடுகளை நாம் வாழ்க்கையிலேயே காணலாம். கலையிலே, கருத்திலே, இன்ன பிற எல்லாவற்றிலும் காணலாம். எடுத்துக் காட்டாக ஒரு சில உரைக்கின்றேன்; உள்ளத்திலே ஊன்றுங்கள். ஆரியர்களின் கடவுள் அனந்தம் கோடி, அநேக அவதாரங்கள், அற்புத வடிவங்கள். ஆனால் திராவிடர், "ஒன்றே குலம் ஒருவனே தேவன்" என்ற பண்பைப் பெற்றிருந்தனர். ஆரியரிடையே சாதி வேற்றுமை உண்டு; திராவிடரிடம் இல்லை. ஆரியம் பிராமணர், க்ஷத்திரியர், வைசியர், சூத்திரர், பஞ்சமன் என்ற படிப்படியான உயர்வு தாழ்வு தரும் சாதிகளைக் கொண்டது. திராவிடம் அரசர், வணிகர், வேளாளர் என்ற முறையிலே பாகுபாடு உடையதாயிருந்தாலும் உயர்வு தாழ்வைக் கொண்டதல்ல. உலுத்தரை உயர்த்தி உழைப்பாளியை உறிஞ்சும் முறை இல்லை. ஆரியன் பிறரைத் தொட்டால் தீட்டு, பார்த்தால் தீட்டு என்று பலப்பல பேசுவான். இங்கு திராவிடத்தில் அது இல்லை. ஒருசில இருப்பினும் அது விலக்கக் கூடியது.

ஆரிய மொழி வேறு; திராவிட மொழி வேறு. ஆரிய மொழியைத் தேவ மொழி என்று ஆரியர் கூறிக்கொள்வர். வழக்கத்திலே இல்லாதிருப்பினும், அவரது வீரமெல்லாம் நம்ப முடியாதவை; அதிலும் ஆண்டவனுடைய அவதார லீலைகளை அடிப்படையாகக் கொண்டவை. நம்முடைய வீரமோ, கலிங்கத்துப்பரணியில், சிலப்பதிகாரத்தில் காணக் கிடக்கிறது. ஆரியக் கலை கற்பனை நிறைந்தது; திராவிடக் கலை உண்மை நிறைந்தது.

சான்றாக, ஒரு நிகழ்ச்சியைக் காண்மின். சங்க நூலிலே ஒரு செய்யுள். வில் வீரன் ஒருவன் வில்லிலே நாணேற்றி அம்பைப்

பூட்டி விசையாக விடுகிறான் ஒரு புலியைக் குறி வைத்து. அம்பு வில்லினின்றும் விடுபட்டது மிக வேகமாக, புலியின் உடலை ஊடுருவிச்சென்று அருகிலிருந்த வாழை மரத்திலே பாய்ந்து நின்று விட்டது. இந்நிகழ்ச்சி உண்மையானது, உருவகப்படுத்தியதன்று. அம்பு புலியின் உடலைத் துளைத்துச் சென்றது என்பது அம்பின் கூர்மையையும் வேகத்தையும், அதை எறிந்தோனுடைய சக்தியையும், குறி தவறாத திறமையையும் குறிக்கிறது. புலியைத் துளைத்தபின் அம்பின் வேகம் குறைகிறது தடையேற்பட்டதால். எனவே புலியைத் துளைத்த அம்பு, வாழையைத் துளைத்துச் செல்ல முடியாமல் அதிலேயே பதிந்து நின்றுவிட்டது. வில்வீரனின் செய்கை இவ்விதம் கூறப்படுகிறது திராவிடக் கலையிலே.

இத்தகைய நிகழ்ச்சியை ஆரியம் கலந்த காவியத்திலே எவ்வாறு கூறப்படுகிறது என்பதைக் காண்போம். இராமனது அம்பறாத் தூணியிலிருந்து அம்பு புறப்பட்டது; புறப்பட்டு இராவணனது உடலெங்கும் "சீதையென்னும் சிந்தனை எங்கே—எங்கே! என்று தேடித் தேடி திரிந்து அங்கெல்லாம் பாய்ந்து பின் வெளிப்பட்டுக் கடலிலே சென்று குளித்துப் புனிதமாகி மீண்டும் இராமனது அம்பறாத் தூணியில் வந்தமர்ந்தது என்று இயம்பப்படுகிறது. இத்தகைய செயல்கள் கலைக்கு உதவுமா? ஆராய்ச்சிக்குத்தான் நிற்குமா? கற்பனை என்று காணும்போதே கருத்திற்படவில்லையா? இதுதான் வீரமா?

இவ்விதம் திராவிடத்திற்கும் ஆரியத்திற்கும் உள்ள முரண்பாடுகளை விளக்கமாக எடுத்துக் கூறப் புகின் ஏடு இடந்தராது.

அண்மையில் நாட்டில் நடந்த செயல்களைக் காண்மின்; அவை எதைக் குறிக்கின்றன என்பதைக் கூறுங்கள்; பத்திரிகைகளை நீங்கள் பார்த்திருப்பீர்கள். மலையாளத்திலே ஒரு குளம். சிலர் நீராடினர் அதில் அவரும் மனிதர்தான்.

ஆனால் அது ஆண்டவனுடைய அபிஷேகத்திற்கென்று அமைக்கப்பட்ட திருக்குளமாம். அதில் அவர்கள் நீராடியது தவறு: ஆடு, மாடு, முதலிய அறிவற்றவைகள் அதிலே ஆனந்தமாக ஆடலாம். ஆனால் அறிவு படைத்த மனிதன் நீராடக் கூடாது, ஏன்? அவர்கள் ஈழவர்கள்; ஆலயத்திலே நுழையத் தகாதவர்கள். அது மட்டுமல்ல; மனித ஜாதியில் மிக மட்டமாகக் கருதப்படுகின்றவர்கள் சமூகத்தால். குளத்திலே நீராடியதற்காகக் குற்றம் சாட்டப்பட்டனர்; குளத்தைப் புனிதமாக்கச் செய்யப்படும் பூஜா கைங்கரியங்களுக்கு வேண்டிய பொருள் கொடுத்துத் தீரவேண்டுமென்று கட்டளையிடப்பட்டனர். சட்டம் செய்தது இவ்விதம் என்று சன்மார்க்கம் பேசலாம். ஏன் அவ்விதச் சட்டம், அசட்டுச் சட்டம், அறிவுக்குப் பொருந்தாத சட்டம் ஆட்சியிலே அமைந்துள்ளது? அதிலும் இருபதாம் நூற்றாண்டிலே, இந்த ஆங்கில அரசாங்கத்தில்? அன்று ஆரியம் செய்த அநேக சூழ்ச்சிகளில் இதுவுமொன்று. இத்தகைய செயல்களிலே, அறிவு அன்பு, அல்லது ஆரிய அகம்பாவம், எது உளது, உரையுங்கள்!

மற்றொரு மன்னர் சின்னாட்களுக்கு முன்னர் கோவிலுக்குச் சென்றார் ஆண்டவனை அர்ச்சிக்க. அவர், தாம் ஆண்டவனை உள்ளே சென்று தரிசிக்க வேண்டும், பூஜிக்க வேண்டும் என்று வேண்டினார் அர்ச்சகரை. அய்யா அனுமதிப்பாரா இதனை! அரசரும அசாதாரணமானவர்தான். உண்ணாவிரதமிருந்தார், உலகைப் படைத்தோனை உள்ளே சென்று உபாசனை செய்ய. என்ன செய்தும் என்ன? அவர் கடைசிவரை அனுமதிக்கப்படவே இல்லை. பின் அவர் மணலிலே இலிங்கம் செய்து பூசித்து வீடு திரும்பினாராம். ஆண்டவனைத் தங்கள் உடைமை, தங்கள் உயர்வுக்கான ஊன்றுகோல் என்று கருதும் உலுத்தர்களைக் கொண்ட நாடு இது.

மற்றொரு சேதி, மனத்தை வாட்டும் சேதி, மனிதத் தன்மையைப் பரிகசிக்கும் சேதி. சில கிழமைகட்குமுன் பத்திரிகைகளிலே பார்த்தோம். ஆம் குவாலியர் சமஸ்தானத்திலே நடந்தது. வருடாவருடம் நடந்து வருகிறது. அங்கொரு பண்டிகையுண்டு, மதத்தின் பெயரால். ஜம்லா பண்டிகையென்று அதற்குப் பெயர். அன்று உயர்சாதி மக்கள் அனைவரும் கூடி விழாக் கொண்டாடுவர், ஆடிப்பாடிக் கேளிக்கைகள் புரிவர். அது பற்றி அக்கறையில்லை நமக்கு. ஆனால் அந்த விழாவிற்கு ஆதி திராவிடர்கள் தங்கள் பெண் மக்களை அனுப்ப வேண்டுமாம், எதற்கு? விழாவிலே பங்கெடுக்கவா? அல்ல. அந்தப் பெண்களைக் கேலியாகப் பேசுவர், தூற்றுவர்—உயர் சாதியினர் தாம் இன்புற. இது நடப்பது மதத்தின் பெயரால். மதத்தின் பெயரால் விழாக் கொண்டாடி அதிலே பெண்களை, அதிலும் ஒரு குலத்தவரைத் தூற்றுவதா? எத்துணை நாள் அறிவற்றிருப்பர் அக்குல மக்கள்! தன்மானம் பெற்றனர் அவர்களும். இவ்வாண்டு தருக்கர் கொட்டத்தைச் சட்டை செய்யவில்லை. விழாவிற்குப் பெண்களை அனுப்பமுடியாது என அறிவித்துவிட்டனர். இது அறமல்லவா? அறிவுடைமைதானே! மானம் அவர்களுக்கும் உண்டல்லவா? இதன் விளைவு சாதி இந்துக்கள் ஆத்திரமடைந்தனர். தொன்றுதொட்டு நடந்துவரும் சம்பிரதாயத்தை எப்படி மீறலாம்? என்று கொதித்தெழுந்தனர், தடியெடுத்தனர் கையில். புகுந்தனர் கோயில், அடி அடியென்று அடித்தனர் அங்குள்ள மக்களை மமதை கொண்டு. இதன் விளைவாக இரண்டு உயிர்ச்சேதங்களும் விளைந்தவானம். என்ன இழிமதி இன்னும் நாட்டில்? மக்களை, அதிலும் பெண் மக்களைத் தூற்ற ஒரு திருவிழாவா? அதுவும் மதத்தின் பேரால். மானங்கெடவில்லையா இதனால்? என்ன நயவஞ்சகம் மதத்தின் பேரால்!

மதம் மக்களுக்கு மாசு தராதது என்று மகாத்மாக்கள் மனங்குழைந்து பேசும் இந்தக் காலத்திலே, மதத்தின் பேரால் இத்தகைய அநீதியும் அட்டூழியமுமா? இது தெரியாதா

அவர்களுக்கு, அந்தராத்மாவுக்கு? பண்டித ஜவஹர் போன்றவர்கள் வாழும் நாட்டிலே நடக்கும் நியாயம் இது. ஒரு குலத்தோர் ஒதுக்கித் தள்ளப்பட்டிருப்பதுமல்லாமல் எங்களுக்கும் மானம் உண்டு என்று கூறும் காரணத்தால் உதையும் வாங்குவதா? ஆனால் அலங்கார ஆர்ப்பாட்டத்துடன் அகில உலக தேசீயம் பேசப் புறப்படுவார் இதனைத் தடுக்க ஏதாவது செய்தார்களா? இந்தத் தேசியவாதிகள் மதக் கட்டுப்பாட்டை மதி கொண்டு மாற்றினார்களா? இல்லை, தங்கள் சிறுவிரலையும் அசைக்கவில்லை, இது பற்றி. சமுதாயக் குறைபாட்டை நீக்க முற்படவில்லை, தேசியவாதிகள். மாறாக, சனாதனத்திற்குச் சப்பைக்கட்டுக் கட்டிச் சபையில் சிந்து பாடுகின்றனர். உண்மையை வெளிப்படுத்த, உலுத்தரை உழைப்பாளராக்க உரமில்லை நெஞ்சில். கேட்டை நீக்க உள்ளம் இல்லை. உலக உத்தமர் என்ற விளம்பரத்திற்கு வேண்டுமானால் இவர் செய்கை பயன்படலாம். இதுவா மனிதத்தொண்டு?

ஆரிய திராவிட முரண்பாடுகள் அளவிறந்தன. ஆரியம் மிகத் தந்திரமுள்ளது. இல்லாவிட்டால் இன்று சட்டத்திலும்கூட அதன் ஆட்சி செல்லுமா? இன்று நாட்டில் நம் போன்ற திராவிடர்கள் இந்து சட்டத்திலே நான்காவது சூத்திர சாதியாகத்தானே பொறிக்கப்பட்டிருக்கின்றனர். இந்த இழிவைப் போக்க முற்பட்டவர் யார்? இது என்று நீங்கும்? தனி இன உணர்ச்சி—ஆரியத்தினின்றும் அடியோடு முரண்பட்டவர் நாம். அதை உணர்த்த தெரிந்து கொள்ள, திராவிடர் என்ற இன எழுச்சி—பெற வேண்டும். இன்றேல் ஆரியமாயை நம்மை விட்டு அகலாது.

இந்த உண்மை இந்த நாட்டு மக்களுக்குச் சுலபத்தில் புரியாது. ஆம் இதுதானா? வாழ்க்கையில் நடப்பவை எவற்றையுமே புரிந்து கொள்ளாத நாடு இது. நீங்கள் வேண்டுமானால் கேட்டுப் பாருங்கள், நாட்டிலே பெரும்பான்மையான கிராமத்தாரை, ஆகாயத்திலே விமானம் ஓடுவது எப்படி

என்று? வரும் பதில் தெரியாது, புரியாது, என்று. இதே போன்று கப்பல் போவது எப்படி என்றால் தெரியாது. தண்ணீரின் அடியிலே ஒரு கப்பல் போகிறதே, தெரியுமா? அமெரிக்காவின் அகல நீளம் தெரியுமா? இந்தியா எத்தனை மாகாணம் சொல் என்றால், தெரியாது என்பதே பதில். மற்றும் தந்தி, டெலிபோன். இரெயில் இன்ன பிற இயங்கும் முறை யாவும் தெரியாது என்றே கிராமத்தான் கூறுவான். ஆனால் அவனைக் கேளுங்கள். எமனுக்கு என்ன வாகனம் என்று. உடனே பதில் வரும், எருமைக்கடா என்று. எப்படித் தெரியும் அவனுக்கு இது? நாட்டின் நிலைமை இவ்விதம் நலிந்துளது. அறியாமை அரசோச்சுகிறது; உலுத்தர்கள் ஊராள்கின்றனர்; உழைப்பாளிகள் உதாசீனம் செய்யப்படுகின்றனர். இதைவிட்டுப் பலப்பல பேசுகிறோம். அடி வயிறு வலிக்கக் கூச்சலிடுகிறோம்.

வீரர் வழிவந்த இனம்

சர்க்கஸ் பார்க்கிறோம். அதில் ஒரு மனிதன் சிங்கம், புலி முதலிய மூர்க்கப் பிராணிகளையும் அடக்கி ஆட்டுவிக்கிறான், ஒரு சிறு கோலைக் கையிலேந்தி. அது கண்டு ஆச்சரியப்படுகிறோம் நாம். அதிலென்ன விசித்திரமுளது விந்தையுற? ஐந்தறிவு படைத்த மிருகத்தை ஆறறிவு படைத்த மனிதன் ஆட்டுவிப்பதில் அற்புதமில்லை, அசம்பாவிதமுமில்லை. அவன் தன் ஆறாவதறிவால் ஆட்டுகிறான் ஐந்தறிவை. இதைவிட ஆச்சரியமானது, அசம்பாவிதமானது, அன்றாட வாழ்வில் நடைபெறுவது. என்ன? அதுதான் ஆற்றிவு படைத்த மனிதன் அதே தன்மையுள்ள பிறிதொரு மனிதனுக்கு அடங்கி நடப்பது. ஆம்; திராவிடன் ஆரியனைக் கண்டதும் அடிபணிகிறான். ஏன்? பார்ப்பனன் நம்மைத் தெருவில் கண்டால்—விலகிப்போ என்று கட்டளையிடுகிறான். கோயிலிலே விலகி நில் என்ற உத்தரவு. கல்யாணமானால் அய்யருக்கு முதல் தாம்பூலம்; அவரில்லாமல் ஆகாது எதுவும் என்ற பேச்சு; அய்யர் அடே

என்பதற்குள் 'ஆமாம் சாமி, அடியேன் இருக்கேனுங்க' என்ற பணிவு. எங்கும் அய்யருக்கு ஏகபோக உரிமை. எவரும் அவருக்குத் தாழ்வு; இவை யாவும் ஏற்படுவது வெறும் பிறப்பினால். ஏன் இவையெல்லாம்? எதனால் மனிதன் மனிதனுக்குப் பணிகிறான், அடங்குகிறான், ஐயர் என்று புகழ்கிறான்? இது அர்த்தமற்ற போக்கு; அறிவுக்கு அப்பாற்பட்ட அநாகரிகம். ஒருவருக்கு மற்றொருவர் அடங்குவது அவசியத்தைப்பொறுத்தது, காரணத்தோடு கூடியது என்றால் குற்றமில்லை. படுத்திருக்கும் நோயாளியிடம் மருத்துவர் வருகிறார். நாக்கை நீட்டு என நவில்கிறார். நோயாளி நாக்கை நீட்டுகிறான். எதனால்? இது அவனுக்கு அவசியமானது, நோயைத்தீர்ப்பவர் மருத்துவர் என்ற காரணத்தால். இந்த முறை முற்றிலும் அவசியம் கூட. ஆனால் ஆரியனிடம் தாசனாக அடங்கிக் கிடப்பதற்கு ஆதாரம் என்ன? அன்றிப் பலன் தான் என்ன? ஒன்றுமில்லை. பின் ஏன் நாம் அவனுக்கு அடங்கவேண்டும் என்று நம்மவர் எண்ணிப் பார்ப்பதில்லை. இன்று ஆரியர்கள் ஆங்கிலேயனைக் கண்டு சீறுகின்றனர்; நான் அதைப் பாராட்டுகிறேன். ஏன்? ஒரு சிறிய கும்பல், நாட்டிலே அன்று தொட்டு இன்றுவரை முறுக்கில்லாத இனம், மோட்சநரக உலகைக் காட்டி வயிறு வளர்க்கும் கும்பல், வீறாப்புப் பேசுகிறது, வீர உணர்ச்சி கொள்கிறது இந்நாளில். அன்று முதல் இன்றுவரை வீரர் வழி வந்த இனம், கனகவிசயரை கல் சுமக்க வைத்த இனம். இமயத்தில் இனக்கொடியை நாட்டிய இனம், வீரமே வடிவாகிய இனம், வீரமற்று, வீணர்களாய்த் திரியும் அந்தக் கும்பலுக்கு அடங்கிக் கிடக்கிறதே! இது என்ன அற்புதம்? இதற்குக் காரணம் என்ன? ஏன் அடங்கவேண்டும்? அறிவுள்ள காரணம் உண்டா? இல்லை. நீ என்ன உயர்வு என்று மறுத்தால் மனுவைக் காட்டுகிறான், மாந்தாதாவைக் காட்டுகிறான், சட்டத்தைக் காட்டுகிறான், சம்பிரதாயத்தைக் காட்டுகிறான், சாஸ்திரத்தைக் காட்டுகிறான். சடங்கைக் காட்டுகிறான், பழக்க வழக்கத்தை, வழி வழி முறையே பாட்டன் தீட்டின ஏட்டை, புராணத்தைக் காட்டுகிறான். ஒன்றில்லாவிட்டால் ஒன்று என்று பலப்பல சூழ்ச்சிகள்

செய்கிறான்; அதனால் நம் இனம் அறிவிழந்து, சூடு சுரணையற்று ஆரியனுக்குத் தாசனாக அடிமைப்பட்டுக் கிடக்கிறது. துப்பாக்கியைக்கூடத் துச்சமாக கருதும் இனம் தர்ப்பையைக் கண்டு தத்தளிக்கிறது.

அறிவு, ஆற்றல், செல்வம், சிறப்பு முதலிய எதிலே சிறந்தவர்கள் ஆரியர்கள் நம்மைவிட? படிப்பில் சிறந்தவராக நம்மிடை சர் இராமசாமி இல்லையா? நிர்வாகத் திறமையில் சர் சண்முகத்தை மிஞ்சுபவர் யார்? மருத்துவத்தில் சிறந்தவர்களாக சர் இலட்சுமணனார், குருசாமி முதலியோர் இல்லையா? பணத்தில் ராஜா சர் அண்ணாமலை இல்லையா? இன்னும் மன்னர்கள் தான் குறைவா? எது இல்லை நம்மிடம்? படிப்பு, பலம், பணம், அறிவு, ஆற்றல், அரசு எல்லாம் இருக்கின்றன நம்மிடம். ஆனால் ஒன்றுதான் இல்லை; பக்குவமில்லை; அது இருந்தால் ஆரியக் கொட்டம் அடங்கும். எனவே தான் இன உணர்ச்சி வேண்டும் என்கிறோம்; படித்த கூட்டம் பக்குவம் பெற வேண்டும் என்கிறோம். பாராண்ட இனம் பாராரியாய் வாழ்வதா? கனகவிசயரைக் கல் தூக்க வைத்த இனம் கயவரின் காலடியில் கிடப்பதா? என்று கேட்கிறோம். இன உணர்ச்சி எழுச்சியுறுகிறது இன்று: ஆடிக் காற்றிலுங்கூட அசையாத அளவுக்கு அஸ்திவாரம் பெற்றுத்தூண்டா விளக்காய்த் துலங்குகிறது; அதை உணருங்கள்! அதன் வழி நடவுங்கள்.

நாட்டிலே ஒரு குலம் பாடுபடாது உண்டு உறங்கிக் கிடக்க, மற்றவர் உடல் தேய, உள்ளமும் உணர்வும் தேய, உழைத்துக் கெடுவதா? இன்று தோழர்கள் நெசவில் நெய்வது நூற்றுக்கு நூறு, 60-க்கு 60 என்ற நயமான (நூல்) துணிகள், பொள்ளாச்சி பார்டர், பெங்களூர் பேஷன் என்ற புதுப்புது மாதிரிகள்; ஆனால் அவர்களணியும் ஆடையின் தரமோ 30-க்கும் குறைவானது; பண்ணைகளில் பாடுபட்டுப் பயிர் செய்வது சீரகச் சம்பா, கிச்சிலிச்சம்பா, இன்னவித உயர் வகுப்புப் பயிர்கள். ஆனால் அவன் உண்பது கால் வயிற்றுக் கஞ்சி.

அதுவும் கம்பங்கூழோ கேழ்வரகுக் கஞ்சியோதான். பாட்டாளி பாடுபட்டுக் கட்டுவது மாடமாளிகைகள், கூட கோபுரங்கள் போன்ற மனைகள், நான்கடுக்கு ஐந்தடுக்கு அரண்மனைகள். அவைகளை நிமிர்ந்து நோக்கினால் கழுத்து வலிக்கும். ஆனால் அவன் அண்டியிருப்பது குனிந்து நுழைய வேண்டிய குடிசை! ஏன் இந்தப் பேதம் இந்த நாட்டிலே?

வளமில்லாத நாடு வறுமையுடன் இருந்தால் ஆச்சரியமில்லை; பாங்கற்ற நாட்டிலே பஞ்சம் மிகுந்துளது என்றால் குற்றம் கூறுவோர் இல்லை; அரபு நாட்டுப் பாலைவனத்தில், ஐஸ்லாந்தில், எஸ்கிமோ நாட்டுப் பனிக்காட்டில் வளமிராது, இங்கு நீர்வளத்திற்கும், நிலவளத்திற்கும், குடிவளத்திற்கும் குறைவில்லை, மக்கள் மனவளம் ஒன்று தவிர, வற்றாத ஜீவ நதிகள், அவைகளால் வளர்க்கப்படும் வயல்கள், அவைகளில் விளையும் வகை வகையான மணிகள், நஞ்சை புஞ்சை ஆகியவை ஏராளம் உண்டு, இந்த நாட்டில்.

நாடெங்கும் சாலைகள் சோலைகள், அவற்றில் கனிகள் குலுங்கும். அதைக் கண்டு கவிகள் பலதீட்டுவர். மண்ணுக் கடியில் பொன்; கடலுக்குள்ளே முத்து; காட்டிலே சந்தனம், கஸ்தூரி வகைகள். இத்தனை இயற்கை எழிலுடன் விளங்கும் இந்த நாட்டில் இல்லாமை இருக்கக் காரணம் என்ன? மக்கள் உழைத்து உழைத்துத் தேய்ந்து உற்சாகமிழந்திருப்பதேன்? அந்த இல்லாமையும் அதன் பயனாக ஈனத்தொழில் புரியும் நிலைமையும் திராவிடரை மட்டும் தாக்குவானேன்?

இந்நாள் நம் திருநாட்டில் ஒருசிலர் கிளம்பியிருக்கின்றனர், பொது உடைமையெனும் போர்வையைப்போர்த்துக் கொண்டு. அவர்கள் முதலாளி யார் என்று தெரியரமலேயே முதலாளிகளை ஒழிக்கப் புறப்பட்டிருக்கிறார்கள். பாவம்! பணக்காரரர்களை எல்லாம் முதலாளிகள் என்று அவர்கள் தவறாகக் கருதிக்கொண்டு வீண் வேலையிலீடுபடுகின்றனர்.

பார்ப்பனப் பிறவி முதலாளியை அவர்கள் கண்டிப்பதில்லை, கண்டும் கொள்வதுமில்லை. ஆண்டவன் பேரால் ஆயிரமாயிரம் வேலி நிலங்களும், கோடானு கோடி பொருளும் குவிந்து கிடப்பதை அவர்கள் காண்பதில்லை. ஏன்? அவர்கள் விழிப்புற்று எழுச்சியுறும் நம் இனத் தோழர்களின் கவனத்தை வேறு திசையில் திருப்ப முயல்கின்றனர். அத்தகைய முயற்சியல்லாமல் வேறென்ன இது? உண்மை முதலாளிகளை, பிறர் உழைப்பை உறிஞ்சும் உலுத்தர்களை, கண்மூடிக் கடவுட் கொள்கையில் கருத்தழியாது, மத மயக்கத்தில் விழாது ஒழிக்க முயலும்போது, அவர்கள் அதை மறைத்து வேறு மார்க்கத்திலே மக்கள் மனத்தைத்திருப்பப் பாடுபடுகிறார்கள். சமதர்மம் என்று சனாதனத்திற்குச் சிறப்பத் தேடுகிறார்கள். பொது உடைமை என்று அதற்குப் பெயர் கூறுகின்றனர்.ஆனால் மானிடரின் பிறப்பும் பொது—உயர்வு தாழ்வற்றது—என்பதை அவர்கள் மறக்கின்றனர். இந்த ஏமாற்று வித்தை இன்னும் எத்தனை நாட்களுக்குச் செல்லும்?

இவர்கள் செய்கையை எண்ணும்போது, ஒரு சம்பவம் என் நினைவிற்கு வருகின்றது. சென்னையில் சைனா பஜார் தெருவில் போவோர் வருவோரின் சட்டைப் பையைக் கத்தரிக்கும் ஓர் எத்தனால் பணம் பறிகொடுத்தவர் பதறுவார். திருடனைத் தேடி ஓடுவார். உடனிருப்பவரும் உதவுவார் அவருக்கு. ஆனால், அந்த எத்தனின் பங்காளர்கள் கூட்டத்தில் கவனத்தை வேறு பக்கம் திருப்பி, களவாளியைக் காப்பாற்ற வேண்டி வேறு திசை நோக்கி இதோ திருடன், அதோ கள்ளன் என்று இரைச்சலிடுவர். அது கேட்டு அனைவரும் உண்மை வழியை விட்டு உலுத்தர் பேச்சைக் கேட்டுத் தவறான திசையிலே திருடனைத் தேடி ஓடி அலுத்துத் திரும்புவர். அத்தகைய எத்தனுக்குத் துணைபுரியும் கயவனின் கருத்துப் போன்றதுதானே இந்நாள் பொது உடைமையாளரின் போக்கு?

நான் ஒரு வார்த்தை கேட்கிறேன் பொது உடைமைத் தோழர்களை. பொது உடைமை பேசும்புனிதர்களே! பஞ்சம் பஞ்சமென்று பறைசாற்றுகிறீர்களே! அந்தப் பஞ்சம் யாவர்க்கும் பொதுவா? ஏன் ஒரு குலத்தைப் பஞ்சம் பிடிப்பதில்லை? உங்கட்கு நல்லெண்ணமிருந்தால் உங்கள் நெஞ்சில் தோன்றாமலிருக்குமா இது? பஞ்சத்தினால் சம்மட்டி ஏந்தும் பார்ப்பானைப் பார்ப்பதில்லை, ஏன்? கல் உடைக்கும் பார்ப்பனனைத்தான் கண்டதுண்டா நீங்கள், ஏன்? அந்தக் குலம் மட்டும் குனியாது வளையாது குந்திக் குதிர்போல் பெருகுகிறது, ஏன்? அவர்கள் கட்டை வண்டி ஓட்டுவதில்லை; கனமூட்டை சுமப்பதில்லை; மலத்தைக் கூட்டுவதில்லை; பஞ்சம்கூடப் பார்ப்பானுக்கு ஒருவிதம், பாட்டாளிக்கு வேறு விதம் என்று பார்த்துத்தான் வருமா? ஏன் நம்மவர் மட்டும் உச்சி வேளையிலே உழைக்கின்றனர் மாடுபோல். நம்முடைய மகளிர் அனிச்சம் பூவினும் மென்மையார் என்று புலவரால் புகழப்படும் பூவையர்கள் மட்டும் காடேறி, மேடேறி, நாடு சுற்றிச் சுள்ளி பொறுக்குகின்றனர். கவிகள் பாடும் கருங்குவளை மலர்போன்ற கண்படைத்த நம் இனக் காரிகைகள் கடுவெயில் நேரத்தில் கல் உடைக்கக் காணலாம். ஆனால் பார்ப்பனக் கும்பலில் ஒருவர்கூட செய்யவில்லை எந்த வேளையும்? பார்ப்பனப் பெண் ஒருத்திகூடப் பிறர் வீட்டில் பணிப் பெண்ணாக இருக்கக் காணோமே! ஏ பொதுவுடைமைவாதிகளே! நீங்கள் ஏன் இதைக் கவனிப்பதில்லை? இது எந்தப் பொருளாதார பேதத்தில் அடங்கியது? எவரும் இதுவரை ஏற்படுத்தாத தந்திர முதலாளி ஏற்பாடல்லவா இது? பலர் உழைப்பை ஒரு சிலர் உறிஞ்சி உண்டு களிப்பது உத்தமம் என்று எண்ணுகிறீர்களா? ஏன் மௌனம் இது பற்றி? முதலாளிகள் ஒழிந்தால் யாவும் நன்கு நடக்கும் எனப் பொதுஉடைமை வாதிகள் நவில்கின்றனர். ஆனால் இந்த நாட்டுப் பொது உடைமையாளர்கள் உண்மை முதலாளியைப் பற்றிக் கவலைப்படுவதில்லை.

குடந்தையில் எப்படிப் பார்த்தாலும் கும்பேஸ்வர நாதரைவிடப் பெரிய முதலாளி எவரும் இல்லை, உண்மைதான். மனித முதலாளியைவிட அவர் மிக மிகப் பெரிய முதலாளி. மனிதனுக்கு இல்லாத சௌகரியங்கள் அவருக்குண்டு. அவருடைய ஆட்சியோ இப்பூமண்டலமெங்கும் பரவும்; குடிபடைகள் குவலயத்தோரெல்லாரும்; அவரது இருப்பிடமோ கோயில், கோட்டை போன்றது, கொத்தளங்களோடு கூடியது; பணம் பல கோடி, நிலம் ஏராளம்; பண்ணையாட்கள் பலப் பலர்; வாகனங்கள் வகை வகையானவை; வெள்ளி, தங்கம் முதலியவற்றால் ஆனவை; ஊர் சுற்றிவர உன்னதத்தேர்; உல்லாசத்துக்குப் பல்லக்குச்சவாரி. ஆம்! இத்தனைக்கும் அவர் தம் கைவிட்டுச்சல்லிக் காசும் செலவிடார்; மாறாக அவரிடம் பண்ம் மலைபோல் மேலும் மேலும் குவியும்; தம்-

. முடைய பணம் போகுமே. குறையுமே, பெருக வேண்டுமே என்ற கவலை அவருக்கில்லை. அவருக்கு வழக்கில்லை, தொல்லை இல்லை, கிண்டி குதிரைப்பந்தயம் இல்லை. திருமணமும் வருடாவருடம் தவறாமல் பக்த கோடிகள் செய்து வைக்கக் காத்திருக்கின்றனர். இத்தகைய முதலாளியைப் பொது உடைமைவாதிகள் கண்டிப்பதில்லை. ஏன்? அவர்கள் 'பொத உடைமை என்று கூறித்தங்கட்குப் புது உடைமை' தேடுகின்றனர் போலும்! இது போழ்து ஒன்று என் நினைவிற்கு வருகிறது. பொது உடைமைத் தோழர்கள் அண்மையில் இங்கு, பஸ் தொழிலாளர் குறைகளைத் தீர்த்துக்கட்ட ஒரு மகாநாடு நடத்தினராம். நல்ல வேளை நான் பாராட்டுகிறேன் அதை, அதோடு ஒரு செய்தி. இதே குடந்தையில் அடிக்கடி 20-டன் நிறையுள்ள இரதத்தில் கால் டன், அரை டன் நிறையுள்ள சாமிகளை வைத்து, அத்துடன் கோயில் பட்டாச்சாரியையும் இன்னும் அவர் அத்திம்பேர், அம்மாமி, குழந்தை குட்டிகளையும் அக்கப்போர் ஆசாமிகளையும் அமரவைத்து நம் இனத் தோழர்கள் வீதி வீதியாய், நெஞ்சு உடைய, மார்பு விரிய இழுத்துச் செல்கின்றனரே! இது படவில்லையா அவர்கள் கண்களில்?

என்று தீரும் இவர்கள் குறை-மடமை? அதற்கு மருந்து— மாற்று பொது உடைமை வாதிகள் தேடார். ஏன்? அவர்களுக்குச் சங்கம் அமைத்துச் சந்தா செலுத்தத் தெரியாது என்பதாலா? சமுதாயத்தைச் சீர்திருத்த செப்பனிட, உண்மையிலேயே பொது உடைமையாளருக்கு உறுதி இருக்குமானால் அவர்கள் செய்ய வேண்டிய வேலையே வேறு. முதலில் பிறவி முதலாளியை ஒழிக்க வேண்டும்.

நான் கூறுகிறேன். இந்தப் பொது உடைமைவாதிகளுக்கு உண்மையிலேயே முதலாளி யார் என்பது தெரியவில்லை, புரியவில்லை, சரிவரத் தெரிந்து புரிந்து கொள்ள மனமில்லை. பணக்காரன் தான் முதலாளி என்று அவர்கள் தவறாகக் கருதுகின்றனர். பணக்காரனுக்கும் முதலாளிக்கும் உள்ள பேதத்தை அவர்கள் அறியவில்லை. பணக்காரன் முதலாளி அல்ல. எப்படியெனில், பங்களா வைத்திருப்பவன் பங்களாக்காரன், ரிக்ஷா இழுப்பவன் ரிக்ஷாக்காரன், கூலி வேலை செய்பவன் கூலிக்காரன், கடை வைத்திருப்பவன் கடைக்காரன். அது போலவே பணம் வைத்திருப்பவன் பணக்காரன் ஆகிறான், அழைக்கப் படுகிறான்.

நான் மறுமுறையும் கூறுகிறேன், பணக்காரன் முதலாளி அல்ல என்று. பணக்காரன் யார் என்று பார்ப்போம். குடந்தையில் ஒருவர் பணக்காரராய் இருப்பார். ஐந்தாம் மைலில் அவரைவிடப் பெரிய பணக்காரர் இருப்பார். அதற்குமேல் நண்பர் நாடி முத்து இருப்பார். அதற்குமேல் இராஜா சர். இருப்பார். அவரை விட வடநாட்டு பிர்லா. அதற்குமேல் தலால் அதைவிட டாட்டா என்று போகும். அதையும் கடந்தால் ஆங்கில நாட்டில் பல பணக்காரர்கள் இருப்பர். ஆனால், அவர்களைவிட, அவர்களுக்கு கடன் தரும் அமெரிக்கர் அதிகப் பணக்காரர்களாய் இருக்கிறார்கள். ஒவ்வொருவருக்கும் மேல் மற்றொருபணக்காரர் இருக்கிறார். இன்று வண்டியோட்டி அதனால் வண்டிக்காரன். நாளைக் கிண்டிப் பந்தயத்தில் அல்லது பகுத்தறிவுப் போட்டிப் பந்தயத்தில் ரூ. 6000 அதிர்ஷ்டம் அடிக்கும். அப்போது அவன் பணக்காரன். அடுத்த சில மாதங்களில் ஆடம்பரத்தால் அந்தப்

பணம் போகும். அப்போது புதுப் "பணக்காரன்" பழைய வண்டிக்காரனாகிவிடுகிறான். எனவே பணக்காரன் முதலாளியல்ல; ஆனால் பணம் உண்டு பண்ணும் இயந்திரத்தை, பண உற்பத்தி ஸ்தாபனத்தை வைத்திருப்பவன் தான் முதலாளி.

பணக்காரன் குளம் குட்டைகளுக்குச் சமமானவன்; முதலாளி ஊற்றுக்குச் சமமானவன். மழை பெய்தால்தான் குளம் குட்டைகளில் நீர் இருக்கும்; இன்றேல் வறண்டுவிடும். ஆனால் ஊற்றோ என்றும் நீர் சுரந்து கொண்டே இருக்கும். இத்தகைய பேதம் இருக்கிறது பணக்காரனுக்கும் முதலாளிக்கும்.

5 கோடி வைத்திருப்பவன் அதனை 5 கோடி, 6 கோடி. 10 கோடி என்று பெருக்கும் முறையை, தொழிலை, இயந்திரத்தை, சிமிட்டி ஆலையை, இரும்புத் தொழிற்சாலையை, பருத்தி ஆலையை, வட்டிக் கடையை வைத்திருப்பவன் முதலாளி. அதிலும் சிறந்த முதலாளி—வடிகட்டின அசல் பிறவி முதலாளி—ஆரியன்.

கோயில் என்றும், குடமுழுக்கு என்றும், கும்பாபிஷேகம் என்றும் செல்வத்தைக் கொட்டி அழுகிறோம், பூரி தட்சிணையாகப்படைக்கிறோம்; எதற்கும் பீசு உண்டு. ஏன் என்று கேட்பார் எவருமில்லை. இந்த எதேச்சதிகாரம் எத்தனை நாளைக்கு? இத்தனை விதங்களிலே பணம் போகிறதே! இது மக்களுக்குத் தெரியவில்லையா? அடாதது என அறிய வில்லையா? ஏன் என்று எவரும் கேட்கவில்லை, அன்று முதல் இன்று வரை. காரணம் என்ன? மக்கள் மனத்தில் இவை மடமை என்று படாதது, தோன்றாதது, கருத்தில் கண்மூடி வழக்கம் ஆகியவையே என்று கூறலாம் துணிந்து.

வர்ணாச்சிரம தர்மம் வேண்டும் என்று பேசுகின்றனரே இந்நாளும்! வகையான மார்க்கமா அது? உழைக்க ஒரு குலம், அதனை உறிஞ்சப் பிறிதொரு குலம் என்ற நியதி நியாயமா? மற்றவர் மாடென உழைக்கும்போது ஒருசிலர் மட்டும் உட்கார்ந்து உல்லாசமாகக் காலம் தள்ள வேண்டுமா? இது வேதன் விதியா? நாதன் கட்டளையா? நயவஞ்சக சூழ்ச்சியா? நவிலுங்கள்!

பாடுபடுவதற்குப் பரமன் கட்டளை வேண்டுமா? வேண்டாம், பலரும் பாடுபட்டுத்தான் ஆகவேண்டும், பாங்கான வாழ்க்கை நடத்த. ஆனால், இந்த வேதன் விதி ஒரு பெரிய சதி; நாதன் கட்டளை நாணயமற்ற செய்கை. ஏன் ஒரு குலம் மட்டும்பாடுபட வேதன் விதியில்லை? ஏன் அவர்களையும் உழைப்பாளிகளாக்க உரமில்லை அந்த உத்தமனுக்கு (கடவுளுக்கு). ஒருவனைப் பிறப்பால் உயர்ந்தவனாகவும், உல்லாசியாகவும், குருவாகவும் படைத்து; மற்றவனைத் தாழ்ந்தவனாகவும், உழைப்பாளனாகவும், அடிமையாகவும் அமைக்கிறார் அந்த ஆண்டவன். எல்லோரையும் தன் குழந்தைகள் எனக் கருதும் ஆண்டவன் செயலாக அமையுமா இது? எப்படி? ஒரே ஆண்டவன், ஒருவனை வேதமோதுவனாகவும், மற்றவனை அவன் திருவடி தொழுபவனாகவுமா படைப்பார்? அவருக்கு அறிவில்லையா? அன்பில்லையா? அறம் அறியாரா அவர்? அத்தகைய ஆண்டவன் உண்மையில் இருந்தால் அதைவிட நயவஞ்சகப் பொருள் இந்த அகில உலகிலும் இல்லை; இருக்க முடியாது.

வேதன் விதி என்றும் நாதன் கட்டளையென்றும் பழக்கமென்றும் வழக்கமென்றும் அற்பத்தனங்களை அர்ச்சிக்கிறோமே! இது தகுமா நமக்கு, நம் இன நலனுக்கு? நம்மிடம் பட்டம் இருந்தென்ன? பதவி இருந்தென்ன? செல்வமும் சிறப்பும், அறிவும் ஆற்றலும், உழைப்பும் ஊதியமும் இருந்தென்ன; பக்குவமிழந்தோம்

பராரியானோம், பகுத்தறிவிழந்தோம் பாரிழந்தோம். நாம் எதில் சிறந்திருந்தாலும் மதமெனும் மடமைக்குள் சிக்கி விடுகிறோம். மனிதனைப் பூவேதனாக, ஆண்டவன் தூதனாக, அர்சித்து ஆனந்தமடைகிறோம். இத்தகைய இழிநிலைக்குக் காரணம் என்ன?

நம்முடைய முன்னோர்கள் மடமைக்கு முதன்மையளித்து முற்போக்கடையும்படி செய்துவிட்டனர் கபடறியாக் குணத்தினால், வஞ்சகமறியா மனத்தினால். ஆம்! மன்னர்கள் இதிகாசம் படித்தனர், இனத்தை மறந்தனர், புராணங்கள் கேட்டனர், புரோகிதர்களைப் போற்றினர், மத மகிமையைப் பாடினர், மக்களை மறந்தனர், மடையர்களாகினர், பக்தியால் சித்தங்கலங்கிப் பித்துக்கொண்டனர். இதனால் இவர்கள் மட்டுமல்ல, இனமே இழிவுற்றது. எடுப்பார் கைப்பிள்ளையானது. ஏய்ப்போர் ஏறினர் அரியணை! உழைப்போர் தாழ்ந்தனர் உளப் பண்பற்றதால்!

நமது மன்னன் ஒருவன் வரகுணன் என்று நினைக்கின்றேன் காட்டுக்குச் சென்று வேட்டையாடி வீடு திரும்புகின்றான். வழியில் ஓர் குளம். தவளைகள் கரகரவென்று கத்துகின்றன; மன்னன் மகா சிவபக்தன். அவன் காதில் இந்தக் கரகர என்ற ஓசை அரகர என்று வீழ்ந்தது. சிவநேசர் அல்லவா! உடனே மன்னன் மந்திரிக்கு ஆணையிட்டான், அரண்மனை ஐஸ்வர்யத்தைத் தடாகத்தில் கொண்டுவந்து கொட்டும்படி. ஏன்? குளிரால் வாடுகின்றனராம் சிவனடியார் திருக்கூட்டங்கள். எங்கு? திருக்குளத்தில்! இருக்குமா அவ்விதம்? நடக்குமா அந்தச் செயல்? நடக்கத்தான் முடியுமா? ஆனால், அது பற்றி ஆராய அறிவில்லை அவனுக்கு. ஆண்டவன் அடியார்க்குப்பணி புரிவதே பரமபதமடைய மார்க்கம் என்று கருதினான்; குளத்தில் மணி அணிகளைப் போட்டான் மன்னன். மதயூகமிருந்தால் செய்வானா இப்படி? மாணிக்கத்தைக் குளத்தில் வாரியிறைக்கும் மதியற்ற

மன்னர்கள் வாழ்ந்த இந்த நாடு அழியாமலிருக்குமா? மத மயக்கம் அல்லவா இது? அறிவியுங்கள் தோழர்களே!

பிறிதொரு மன்னன் கானமயிலாடக் கண்டான். கார்மேகத்தைக் கண்ட களிப்பின் மிகுதியால் கண்ட மன்னன் மயில் குளிரால் வாடுகிறதுஎன நினைத்தான், அளித்தான் அதற்கோர் ஆடை; அதிலும் பட்டுப் பீதாம்பரம். மன்னர் அவர்; எதுவும் தர முடியும் அவரால். அவரது செயல் கருணையுள்ளதாக இருக்கலாம். கவைக்குதவுமா? அன்பு மிகுந்ததாகக் காணப்படலாம். ஆனால், அறிவு தொக்கியுளதா அதில்?

இந்த வகையிற்றானே இன்று மக்களிடம் உள்ள செல்வம், சிந்தனை, சிறப்பு, யாவும் ஆண்டவனுக்குச் செலவிடப்படுகின்றன? இந்த அகில உலகைப் படைத்தவனுக்குக் கோவில் கட்டுவதிலும், கும்பாபிஷேகம் செய்வதிலும், தங்க ரிஷபம், வெள்ளித் தேர் போன்ற விதவிதமான வாகனங்கள் செய்வதிலும், அவற்றின் வாலறுந்தால், காதறுந்தால், காலொடிந்தால் அவற்றை ஈடுசெய்வதிலுந்தான் இன்று மக்கள் அறிவையும் பணத்தையும் பயன்படுத்துகின்றனர். படிக்கும் மக்கள் ஹாஸ்டல் வசதியற்றிருக்கும்போது, படிக்கப் பள்ளிகளிலே இடமிலாது ஏங்கித் தவிக்கும் போது, பரந்த இந்தத் திருநாட்டின் நிலைமையைப் பாருங்கள்! படிப்பவருக்குத் தங்கியிருக்க ஹாஸ்டல் வசதியில்லை; பணமில்லை புதிதாகக்கட்ட; ஈரமில்லை மக்கள் நெஞ்சில் கொடையளிக்க. ஆனால், ஏட்டில் தீட்டிய ஆரியமுறைப்படி கோயிலிலே பணம் கோடி கோடியாக போய்ச் சேருகிறது. பாடுபட்டும் மக்கள் பஞ்சையாய் வாழும்போது பரமனுக்குப் பல லட்சத்தில் பதக்கங்கள், வாகனங்கள். என்ன அறியாமை மக்களிடம்? மக்கள் மாக்களாக மாறி, மனமுடைந்து, வாழவழியின்றித் திகைக்கின்றனர். ஆனால் மகேஸ்வர பூஜைக்குத் தட்டில்லை. தடங்கலில்லை. காரணம் என்ன?

மக்கள் மதத் துறையிலே தவறான கருத்துக்கொண்டிருக்கின்றனர் ஆம்! மக்களை மறந்து மகேஸ்வர பூஜையை மேலாகப் பாவிக்கின்றனர். இந்நிலைமாற வேண்டும். எவரும் தாழாது தன்மானத்துடன் வாழவேண்டும் என்பதுதான் எமது எண்ணம். எதிர்கால வேலைத்திட்டம்.

குந்தக் குடிசையின்றி, உண்ண உணவின்றி, அணிய ஆடையின்றி, மக்கள் நிர்க்கதியாய் நிலவும் போது ஆண்டவன் பேரால் கோட்டைகள் போன்ற கோயில்களையும், வாகனங்களையும், மண்டபங்களையும் கட்டுகின்றீரே! இது அந்த அன்புடைய ஆண்டவனுக்கு, அருள் படைத்த தந்தைக்கு உவந்த செயலா? இது அறமெனப்படுமா, அன்றி அசட்டுச்சொல் எனப்படுமா என்று ஓர் அரைக்கணம் ஆராயுங்கள் தோழர்களே உம் அறிவைக் கொண்டு!

ஆண்டவனுக்குப் பேசும் சக்தியிருந்து அவன் உங்களிடம் பேசுவதானால், அது ஒன்றே ஒன்றாகத்தான் இருக்க முடியும். ஆண்டவன் நயவஞ்சகமற்றவரானால், அறிவுடைய, அன்புடைய, அறம் மிகுந்த தந்தையரானால் அவர் கேட்பார் உங்களை "அப்பா நான் இந்த உலகை, அண்டசராசரங்களைப் படைத்தேன். அதிலே நீரைப்படைத்தேன், கடலை படைத்தேன், அதிலே முத்தைப் படைத்தேன், முத்தெடுக்கும் முறையைப் படைத்தேன்; உன்னிடம். அதைத்தடுக்கத் திமிங்கிலத்தைப் படைத்தேன். எதையும் எண்ணிச்செய்ய, பகுத்துச்செய்ய, பகுத்தறிவைப் படைத்தேன் உனக்கு. அதன் மூலம் பாராள்வாய், பலரும் வாழ வகை செய்வாய் என நினைத்தேன். அதைவிட்டு நீ எனக்கு அரை வீசை வெண்பொங்கல் தந்து வரம் வேண்டுகிறாயே! வகையற்ற மூடனே! அறிவைக் கொண்டு ஆவன செய்!" என்றுதான் கேட்பார்.

ஆனால், ஆண்டவன் அவ்விதம் கேட்பதில்லை உங்களை. ஏன்? அவர் எப்போதும் பேசினதில்லை. எப்பொழுதும் வெளிப்படையாக, விவேகத்துடன் பேசிப் பழக்கமுமில்லை அவருக்கு. அவர் பேசியிருப்பதெல்லாம் தம் திருத்தூதர் வாயிலாக, சித்தர்கள், ஆச்சாரியர்கள், அந்தணர்கள் வாயிலாகத்தான்; ஒன்றுக்கொன்று முரண்பட்ட குணங்கள், கூறக் கூசிடும் குடிகாரச் செயல்கள், கடவுளைக் குணமற்ற கயவனாக, கபோதியாகக் காட்டும் கதைகள். இவை தானா மக்களை இன்பபுரிக்கு இழுத்துச் செல்லும் மார்க்கம்?

கோயில் உள்ளே சிலை, இடையே திரை, அதன் பின்னே ஐயர். அவர் தயவு வைத்தால் திரை விலகும். தயவுக்குத் தட்சிணை தரவேண்டும். தயாபரனைக் காணவா இத்தனை தடைகள்? என்ன நயவஞ்சகம் பொதுவிடத்தில்? அன்று, ராஸ்புடீன், ஜார் முதலானோரின் கொடுமைகளுங்கூட மதத்தை முன் வைத்து, ஆண்டவன் ஆணை என்று, அலங்கார ஆர்ப்பாட்டங்கள் செய்துதான் நடந்தேறின; இன்று அதே முறையில் நம் நாட்டில் நடந்து வருகின்றன. எத்துணை நாள் இந்த இழிநிலை நம்மிடம்?

பணம் கோயில்களிலே நகையாய், வாகனமாய் நிலமாய் முடங்கிக் கிடக்கிறது. இந்த முடக்குவாதம் தீர்ந்தால் முடிவுறும் வறுமை, கொடுமை, இல்லாமை என்பனவெல்லாம். இது எதை உணர்த்துகிறது? இந்த நாடு ஏழை என்பதையா? எப்படி ஏழை என்று கூற முடியும் இந்நாட்டை? தில்லைக் கூத்தரின் தங்க ஓடு வேய்ந்த சன்னிதானத்தையும், வரதரின் வயிர நாமத்தையும் காஞ்சிகாமாட்சியின் வைடூரியக் கற்களையும், அரங்கநாதரின் அற்புத இரத்தினங்களையும், வேங்கடத்தானின் பத்து லட்சம் பெறும் வைர முடியையும் காணும்போதும், கேட்கும் போதும்—அதிலும் இந்தத் திரவியம் எவ்வித நலனுமின்றி மூலையில் முடங்கிக்கிடக்கிறது ஒரு சில சாமி (ஆசாமி)களின் உல்லாச வாழ்வைக் கருதி என்பதை அறிந்த பிறகு—இந்த நாட்டை ஏழை நாடென்று எவராவது கூற முடியுமா? பொருளில்லையா இந்த நாட்டில்? இருக்கிறது. யாரிடம்

பொருள் உளது? மதத்தின் பெயரால் கோயிலாகவும், வாகனமாகவும், ஆண்டவன் சொத்தாகவும் அடைந்து கிடக்கிறது. அந்தப்பொருள் பிறவி முதலாளிகளைக் (ஆரியரை) கொழுக்க வைக்கப் பயன்படுகிறது. பரமன் பேரால் உள்ள பணம் அதிர் வெடிக்கும், அலங்கார ஆர்ப்பாட்டப் பூசைக்கும், தேருக்கும் திருவிழாவிற்கும் உபயோகமாகிறது, அநாவசியமாக, அர்த்தமற்று. இது நீதியா? முறையா? என்று கண்டிக்கிறோம். இதில் தவறென்ன?

செல்வமிக்க இந்த நாட்டில் வறுமையால் வாடி வதங்கி வெளி நாடு செல்லும் தோழர்கள் இந்த நாட்டை வாழ்த்தியிருப்பர் என்றா நினைக்கிறீர்கள்! துக்கம் நெஞ்சையடைக்கக் கண்ணீரைக் கடல் நீரிலே கலக்கி, அந்தக் கதியற்றவர்கள் இந்நாட்டைப் பார்த்து, அளவற்ற செல்வம் உன்னிடம் இருந்தென்ன? நாங்கள் அனாதைகள்தானே! வற்றாத நதிகள் இங்கே பாய்ந்தென்ன? எங்கள் வாழ்க்கைப் பாலைவனம்தானே! நஞ்சையும் புஞ்சையும் இருந்தென்ன? நாங்கள் பஞ்சைகள்தானே! பணமிருந்தென்ன? பராரிகள் தானே நாங்கள்! ஒரு கவளம் சோறில்லாது ஓடுகிறோம் நாட்டை விட்டு, தங்க ஓடு வேய்ந்த கோயில் உள்ள தில்லையான் வாழும் இந்த நாட்டில் வதியும் நாங்கள்! வள்ளல்கள் வாழ்ந்த நாடாம்! நாதியற்ற நாங்கள் வாழ வழியில்லை இந்த நாட்டில்! செல்வமுண்டு இந்த நாட்டில், எங்கட்குச் சோறிட மக்களில்லை. ஈரமில்லை நெஞ்சில், ஈசனைப் போற்றியேத்தும் மக்களிடம். நாங்கள் வாழ வழி செய்யாமல் எங்களை வெளி நாட்டிற்குப் போகச் செய்யும் திரு நாடே! அரசியலை ஆங்கிலனிடமும், ஆத்மார்த்தத்தை ஆரியனிடமும், வாணிபத்தை வட நாட்டானிடமும் ஒப்படைத்துவிட்டுக் கிடக்கும் ஏ அடிமை நாடே! சோறில்லை எங்களுக்கு, சொர்ணம் விளையும் இந்த நாட்டில். எங்களை இக்கதியில் விடும் நீ இருந்தென்ன! போயென்ன! அக்ரமத்துக்கு இடவளித்து அனாதைகளைத் துரத்துகிறாய் அறிவிழந்து, ஏ அறிவிழந்த நாடே! நீ அழிந்து படு! அழிந்து

படு! என்றுதான் சபித்திருப்பர்; தம் நெஞ்சக் குமுறலைக் கொட்டியிருப்பர்.

இத்தகைய நிலைமை நாட்டிலே நிலவக் காரணம் என்ன? ஒரு குலம் அந்தப் பஞ்சமும் பிணியும் பீடையும் அண்டாது வாழ, அதற்காக மற்றவர் மாடென உழைக்க வேண்டுமென்பது மகேஸ்வரன் ஆணையா? சாத்திர இலக்கிய ஆதாரமா? நெஞ்சில் கைவைத்து ஈரமுடன் நினைத்துப் பாருங்கள்! உண்மையை உணர்வீர்கள்; உலுத்தரை ஒடுக்க வழி காண்பீர்கள். நம்முடைய மன்னர்கள் இதிகாச புராணம் படித்து அடுத்த பிறவிக் கவலையிலாழ்ந்து ஆட்சியை மறந்தனர், அதனால் அந்தணர் புகுந்தனர் அரசியலில். அதன் பலன் இன்று நாம் சகல துறைகளிலும் வகையற்று, வாழ வழியின்றி வாடிக் கிடக்கின்றோம். மாற்றானுக்கு இடமளித்து மக்களை மறந்தோம். நாம் நல்வாழ்வு பெற, மாற்றானைத் தொலைக்க, மதியைப் பெற, விதியை விரட்ட, பஞ்சப்பிணியைப் பறக்கடிக்க, ஓர் இடம் தேடுகிறோம், நாம் வாழ. நம் குறிக்கோளுடன் வாழ ஒரு எல்லைக் கோடு வகுத்துள்ளோம்.

திராவிட நாட்டைத் தனி நாடாகப் பிரிக்க வேண்டுமென்கிறோம். திராவிடக் கூட்டாட்சி நடத்துவதே எங்கள் நோக்கம். திராவிடக் கூட்டாட்சியிலே தெலுங்கரும், மலையாளரும் சேர்வர். ஏன்? தெலுங்குக்கும் மலையாளத்துக்கும் மூலம் தமிழ் மொழியே. தமிழுக்கு ஆதியாக இருப்பது திராவிடம். எனவே மூன்று மொழிகளும் சேர்ந்த கூட்டரசு இங்கே நடைபெறும். அதிலே தமிழர் தனிமொழியோடு வாழ்வர். தெலுங்கரும் அவ்விதம், கேரளரும் அவ்விதமே. ஆனால் டெல்லி ஆட்சிக்குப் பதில் திராவிடக் கூட்டரசு நடக்கும்.

திராவிட நாட்டிலே எல்லோரும் ஓர் குலம் என்ற நியதி உண்டு. பாடுபடுவோர் பலனையனுபவிப்பர்; பதைக்க

மாட்டார்கள்; உழைப்பு வீணாகாது; உலுத்தர் உயரமாட்டார்கள்; சக்திக்கேற்ற உழைப்பு தேவைக்கேற்ற வசதியுண்டு; கீழ்சாதி மேல் சாதிகிடையாது. குருமாரில்லை இன்றுபோல் குந்தியுண்ண; வேதமோதிவீணராய் வாழும் வகையுமிராது; ஆண்டவனிடையே தரகனாய் வாழ வகையிராது; அன்றும் ஆரியனிருப்பான்; எவ்விதம்? மக்களைச் சுரண்டியல்ல, பூவேதனாக அல்ல, ஆண்டவன் திருத்தூதனாகவுமல்ல, பிறர்உழைப்பை உறிஞ்சுபவனாகவுமல்ல. ஆரியர் மனிதனாக வாழ்வான் அன்று மனிதனுக்கு மனிதன் பிறப்பினால் தனிச் சலுகை பெறமாட்டான். நஞ்சு நீங்கிய நாகம்போல பல் பிடுங்கப்பட்ட பாம்பு போல, கூண்டிலடைபட்ட புலிபோல, வெறிநீங்கிய நாய்ப்போல, வஞ்சனை, சூது, சுரண்டல் முதலிய பிறவிக் குணங்கள் நீங்கி, நீக்கப்பட்டு வாழ்வர், வாழவேண்டும். வீணராய்த் திரிந்து, விருந்துண்ணும் வகையிராது, இருக்க முடியாது, இருக்கக்கூடாது என்ற காரணத்தால், இன்றேல் ஆரியர் விலகுவர், விலக்கப்படுவர், இந்த நாட்டைவிட்டு. இதுதான் திராவிட நாட்டில் ஆரியர் நிலை.

திராவிட நாட்டுப் பிரிவினை ஏன்? சமுதாயம் சந்தோஷமாக வாழ வழி என்பதைக் கூறினேன். மற்றும் நம் மக்கள் பொருளாதாரத்தில் எவ்விதம் வஞ்சிக்கப்படுகிறார்கள் என்பதையும் காணுங்கள். வாணிபம் முழுதும் வடநாட்டார் வசம் விட்டு; வாழ வழியின்றித் திண்டாடுகிறோம். நம்முடைய நாட்டில் (சென்னை மாகாணம்) இரும்புண்டு, தங்கமுண்டு, கட்டையுண்டு கப்பல் கட்ட; பருத்தியுண்டு, பட்டுண்டு துணி நெய்ய; எல்லாம் இருக்கின்றன. ஆனால் முதன்மையான வியாபாரிகள் யாவரும் வட நாட்டாரே. வைரம் வேண்டுமா! சுராஜ்மல்லுக்குப் போகவேண்டும். வெள்ளி தங்க நகைகளா! பாபாலால் இருக்கிறது. இரும்புச்சாமான்களா! டாட்டாவை விட்டால் வேறு கதியில்லை, விதியில்லை. பருத்தி ஆடைகளா! தலாலிடம் தஞ்சமடைந்தால்தான் தாராளமாய்க் கிடைக்கும்.

பட்டாடைகளா! செல்லராமுக்குச் செல்லவேண்டும். சிமிட்டி வேண்டுமானால் டால்மியாவிடம் ஏஜெண்டாக அமரத்தான் வேண்டும். பலசரக்குச் சாமானுக்கோ குப்தாவிடம் கெஞ்ச வேண்டும். மருந்து வகைகளா! தாதாவிடம் தாளம் போட வேண்டும் என்ற நிலையில் இருக்கிறோம். முதலாளிகளாக வடநாட்டார் வகையாக அமர்ந்துவிட்டிருக்கின்றனர். நம்மவரெல்லாம் அவருடைய தரகர்களாய்த்தான் வாழ்க்கை நடத்த முடிகிறது, நடத்துகின்றனர்.

அன்னியரை விரட்ட வழி என்றும், தாரக மந்திரம் என்றும் தகடுதத்தம் செய்து கதரைப் பரப்பிய மகாத்மா மனமார கதர் இயக்கம் வளரப்பாடுபடவில்லை. எப்படி? உண்மையாகவே அவர் அவ்விதம் எண்ணியிருந்தால், கதர் இயக்கம் மிகவும் வளர்ச்சியுற்று நாடெங்கும் பரவியிருக்கும். ஆனால், நிலைமை மாறி மில்கள் வடநாட்டில் மிகப் பெருத்து விட்டன. கதர் இயக்கம் வளர்ந்திருந்து மக்கள் கதர் கட்டும் எண்ணம் கொண்டிருந்தால் மில் தொழில் வளர்ச்சியுற்றிருக்காது, தோன்றிக்கூட இருக்காது. இதற்குக் காரணம் யார்?

காந்தி பக்தர்களாய் விளங்கும் பஜாஜ், பிர்லா முதலானோர் தானே மில் முதலாளிகள்? அன்னிய நாட்டுத் துணியை மட்டும் பகிஷ்கரித்தார் காந்தி; ஆனால் இந்நாட்டு மில் துணியைப் பற்றிக் கவலைப் படவில்லை. ஏன்? அந்த மில் முதலாளிகள் காங்கிரசின் ஆதரவு பெற்றுத் தம் தொழிலைப் பெருக்கினர். மேலும் காங்கிரசுக்கு வேண்டும் உதவிபுரியும் தியாக மூர்த்திகளாக அவர்கள் விளங்குகிறார்கள். இந்த முதலாளிகளிடம் மில் வேண்டாம் என்று காந்தியார் கூறுனாரா? ஏன் கூறவில்லை? அதனால் கதர் வளர்ச்சி குன்றும் என்ற எண்ணம் தோன்றாத குறைமதியாளரா காந்தி? அவ்விதமிருப்பார் என நான் நினைக்கவில்லை நெஞ்சார அறிந்தும் மில் வேண்டாம் என்று கூறவில்லை மகாத்மா. போகட்டும், இவ்விதம் கூறாவிட்டாலும் அதனை

ஆதரிக்காமலாவது இருந்தாரா? அதுவும் இல்லை. மாறாகச் சுதேசி! சுதேசி! என்று கூறி ஊக்கந்தந்து, விளம்பரப்படுத்தி வட நாட்டு மில்களுக்கு உதவி புரிந்தார். அங்கு அவ்விதம் தொழில் உணர்ச்சி வளர்ந்தது. இங்கோ! கதரைக் கண்மூடித்தனமாக நம்பி நலமிழந்தனர் நம்மவர்.

மேலும் தங்கள் தொழில் வளர வட நாட்டார் சுதேசி இயக்கம் மூலம் விளம்பரம் தேடினர். விலையதிகமானாலும் சுதேசியையே வாங்குங்கள் என்று கூறினர். ரூ. 8 பெறும் வெளிநாட்டுச் சாமான் ஆனால் அதுவே சுதேசியாக இருந்தால் ரூ. 10. இந்த ரூ. 2 அதிகம் ஏன் என்று கேட்டால், "அப்பா! அது சுயராஜ்ஜியத்திற்கு நீ கொடுக்கும் அச்சாரம், பாரத மாதாவுக்கு அளிக்கும் காணிக்கை" என்று பசப்பினர், பல்லிளித்தனர் வடநாட்டார், தம் தொழில் வளர்ச்சியைக் கருதி அதோடு ஆங்கில அரசாங்கத்தினிடமும் தங்களுக்குப் பாதுகாப்பு அளிக்கும்படி வேண்டினர். இப்போதுதான் புதிதாகத் தொழில் ஆரம்பிக்கும் எங்களுக்குப் பாதுகாப்பு *(Protection)* வேண்டும் என வேண்டினர் வெளி நாட்டிலிருந்து வரும் சாமான்களுக்குச் சுங்கம் *(Tariff)* போட்டுப் பாதுகாப்பு அளிக்கும்படி கேட்டனர். சுங்கம் என்றால் உள்நாட்டுச் சாமான் ரூ. 10 ஆனால் வெளிநாட்டுச் சாமானும் அதே விலைக்கே விற்குமாறு விலை வித்தியாசத்தைச் சமம் செய்தல் ஆகும். இவ்விதம் எத்தனை கோடி நஷ்டஈடு *(Subsidiasry)* வாங்கினர் அதனாலும் தென்னாட்டு மக்களின் கண்மூடிக் கதர் மோகத்தாலும், ஷோலாப்பூரிலும், பூனாவிலும், அஹமதாபாதிலும் மில்கள் வளர்ந்தன.

இதற்காகவா "திராவிட நாடு" தனியே பிரிக்கப் படவேண்டும்; தென்னாட்டிலும் ஏன் அவ்விதம் மில்கள் உண்டாக்கக்கூடாது என்று சில தோழாகள் கேட்கலாம். நியாயமான கேள்விதான்! தென்னாட்டில் ஆலைகள் தோன்றினால் எவ்விதம் வெளிநாட்டுப் பொருள்களுடன் வடநாட்டாரால் போட்டியிட முடியவில்லையோ, அவ்விதம் தென்னாடும்

வட நாட்டுடன் போட்டியிட்டுச் சமாளிக்க முடியாது. இது கற்பனையல்ல, கண்ணால் கண்ட காட்சிதான்!

ஆம்; ஆச்சாரியார் ஆட்சியில் அமர்ந்திருந்த அன்று, தேசியக் காங்கிரஸ் நாடாண்ட அன்று நடந்த உண்மை. வடநாட்டிலே மிகப் பெரிய இரும்புத் தொழிற்சாலையாக விளங்குவது டாட்டா இரும்பு எஃகுத் தொழிற்சாலை. அப்போது இங்கு நாகபட்டினத்தில் ஓர் எஃகுத் தொழிற்சாலையை ஆரம்பித்தனர். அதனுடன் டாட்டா போட்டியிட்டது. நாகபட்டினம் டாட்டாவுடன் போட்டியிட்டுச் சமாளிக்க முடியாமல் தத்தளித்தது; அது சமயம் ஆச்சாரியார் முன் வந்து நாகபட்டினம் தொழிற்சாலையை டாட்டாவின் ஏஜெண்டாய் வேலை செய்யுமாறு சமரசம் செய்து வைத்தார்.

கோயமுத்தூர் மில்கள் இருக்கின்றனவே என்று கூறலாம். இது ஏதோ யுத்த காலம். அதனால் சில பல லட்சங்கள் கிடைத்திருக்கும் அவர்களுக்கு. பின்னால் முடியாது; ஏன்? மார்வாரி, மூல்டானி, பார்ஸி, குஜராத்தியர்களுடன் இவர்கள் போட்டிபோட முடியாது. இவர்கள் 1923, 1930 மாடல் மெஷினைக் கொண்டு வேலை செய்வர்; அவர்கள் இன்றைய புதுப் புது இயந்திரங்களை ஆங்கில, அமெரிக்க நாடுகளிலிருந்து இறக்குமதிசெய்து வேலைசெய்வர். அதனால் குறைந்த செலவில் அதிகம் உற்பத்தி செய்வர். அவர்கள் B. A, I. C. S. போன்ற படிப்பாளிகளையும் பொருளாதார நிபுணர்களையும் வேலையில்வைப்பர். இவர்கள் பாக்கிக் கணக்கு 1 லக்ஷம், 1 கோடி. அவர்கள் பாக்கிக் கணக்கோ 20 லக்ஷம், 20 கோடியாகும். இவ்விதம் சகல துறைகளிலும் அவர்கள் முற்போக்கடைந்துள்ளனர். நாமோ இன்னும் பிற்போக்கில் உள்ளோம். பேதம் நன்கு தெரிகிறது. ஆக போட்டியிட முடியாத நிலையில் தென்னாட்டு மில்கள் வட நாட்டின் கிளைகளாக ஏஜெண்ட்டுகளாக மாறும்; மாறித்தீரும்; அந்த நிலை வரும்.

எனவே, நாம் நம் நிலையை உயர்த்திக்கொள்ள தொழில் வளர, பாதுகாப்பு (Protection) தேடுகிறோம். திராவிடநாடு பிரிந்து தனி நாடானால், திராவிட நாட்டில் ஒரு பத்து அல்லது இருபது ஆண்டுகட்கு வடநாட்டுப் பொருள்கள் தென்னாடு வரக்கூடாது என்று சட்டமிருக்கும். சான்றாக நம்மிடம் கிடைக்கும் சர்க்கரை, அரிசி முதலியவைகள் வெளிநாடுகளிலிருந்து வரக்கூடாது. இரும்பு, துணி முதலியவைகள் வந்தாலும் அவைகட்குச் சுங்கம் (Tariff) போட்டுத் திராவிட நாட்டுத் தொழிலுக்கு ஊக்கந்தந்து ஆக்கம் தேடுவோம். வடநாட்டுப் பொருள் தென்னாடு வந்தால் தென்னாட்டு விலைக்குத்தான் விற்கமுடியும் விளங்கக் கூறவேண்டுமானால் கிண்டியில் சலுகைப் பந்தயம் (Handicap Race) என்று ஒரு நாள் இருக்குமே அதையொத்தது இது. அன்று சாமார்த்தியமும் பலமுமுள்ள குதிரைகளைப் பின்னாலும் பலமற்றவைகளை முன்னாலும் நிற்க வைத்து ஓட்டம் விடுவர். அதனை நாம் தொழிலில் கையாள வேண்டும்.

இந்தப் பாதுகாப்பு, காங்கிரஸ்காரும் சுயாட்சியிலோ அன்றி டெல்லியிலிருந்தோ கிடைக்காது. கிடைக்க நியாயம் இல்லை இது வெறும் வீம்புப் பேச்சல்ல. சென்ற சில மாதங்களில்கூட இவ்வாறு ஒரு சம்பவம் நடந்தது. டெல்லி சட்டசபையில் இந்து சட்ட சீர்திருத்தத்தைப் பிரபல தேசீயவாதிகள் தடுத்தனர். இந்த சட்டத்தைத் திருத்துவதையே அவர்கள் விரும்பவில்லை. ஆனால், இந்து சட்டமே நமக்கு ஏற்றதல்ல. டெல்லி சட்ட சபையில் வடநாட்டார் பெரும்பான்மை; நாம் சிறுபான்மை. மற்றும், அவர்கள் கலை, மொழி, நாகரிகம், இனம், நடை, உடையாவற்றிலும் நம்மினின்றும் மாறுபட்டவர்கள். எனவே, நம் நாடு தனியே பிரிந்திருந்தால்தான் நாம் தனித்து, நம் குறிக்கோள்களுடன் வாழமுடியும்.

தோழர்களே! இறுதியாக, உங்களுக்கு விடும் வேண்டுகோளைக் கேட்டுச் சிந்தனை செய்து பின்பற்றுங்கள்!

மக்கள் மகிழ்ச்சியுடன் வாழ, நம் குறிக்கோள் குன்றாதிருக்க, உழைப்பாளி உண்டுகளிக்க, உலுத்தர் ஒழிய; ஆண்டவன் பேரால் ஆபாசம், அநீதி, சுரண்டல் சூது நடவாதிருக்க, ஆங்கிலனின் அரசியல் சூழ்ச்சியிலிருந்தும் ஆரியனின் ஆத்மார்த்தினின்றும். வடநாட்டு வாணிபப்பிடியினின்றும் விலகி, மனிதர்மனிதர்களாய் வாழ வழியிருக்கும் நாட்டைப் பெறவேண்டும் என்று கொட்டுங்கள் போர்முரசு; சிந்தனைசெய்துசீர் தூக்கிப்பார்த்துச் செயலில் காட்டுங்கள்! உங்களுக்கு எனது நன்றி.

★★★

9 788198 814326